5ch00l - shule   2
7r4v3l - usafiri   5
7r4n5p0r7 - usafiri   8
c17y - jiji   10
l4nd5c4p3 - mazingira   14
r3574ur4n7 - mgahawa   17
5up3rm4rk37 - dukakuu   20
dr1nk5 - vinywaji   22
f00d - chakula   23
f4rm - shamba   27
h0u53 - nyumba   31
l1v1n6 r00m - sebuleni   33
k17ch3n - jikoni   35
b47hr00m - bafu   38
ch1ld'5 r00m - chumba ya mtoto   42
cl07h1n6 - nguo   44
0ff1c3 - ofisi   49
3c0n0my - uchumi   51
0ccup4710n5 - kazi   53
700l5 - zana   56
mu51c4l 1n57rum3n75 - ala za muziki   57
z00 - bustani ya wanyama   59
5p0r75 - michezo   62
4c71v17135 - shughuli   63
f4m1ly - familia   67
b0dy - mwili   68
h05p174l - hospitali   72
3m3r63ncy - dharura   76
34r7h - dunia   77
cl0ck - saa   79
w33k - wiki   80
y34r - mwaka   81
5h4p35 - maumbo   83
c0l0r5 - rangi   84
0pp051735 - kinyume   85
numb3r5 - nambari   88
l4n6u4635 - lugha   90
wh0 / wh47 / h0w - ambao / nini / jinsi   91
wh3r3 - wapi   92

AF289433

Impressum
Verlag: BABADADA GmbH, Nedderfeld 112 , 22529 Hamburg
Geschäftsführer / Verlagsleitung: Harald Hof
Druck: Books on Demand GmbH, In de Tarpen 42, 22848 Norderstedt

Imprint
Publisher: BABADADA GmbH, Nedderfeld 112 , 22529 Hamburg, Germany
Managing Director / Publishing direction: Harald Hof
Print: Books on Demand GmbH, In de Tarpen 42, 22848 Norderstedt

5ch00l

shule

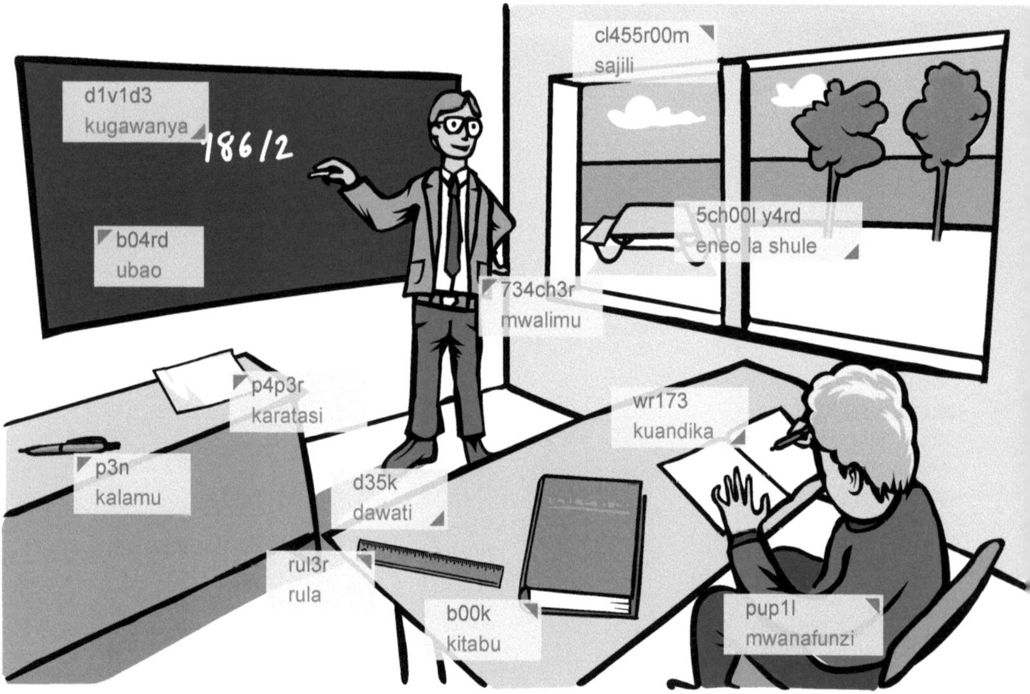

cl455r00m
sajili
d1v1d3
kugawanya
186/2
b04rd
ubao
5ch00l y4rd
eneo la shule
734ch3r
mwalimu
p4p3r
karatasi
wr173
kuandika
p3n
kalamu
d35k
dawati
rul3r
rula
b00k
kitabu
pup1l
mwanafunzi

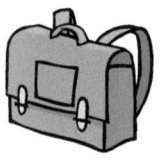

547ch3l

mkoba

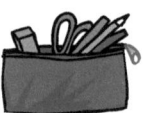

p3nc1l c453

kikasha cha penseli

p3nc1l

penseli

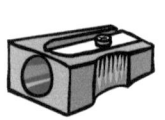

p3nc1l 5h4rp3n3r

kichonga penseli

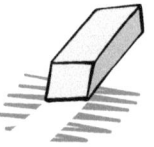

rubb3r

mpira

dr4w1n6 p4d

pedi ya kuchora

dr4w1n6

uchoraji

p41n7bru5h

brashi ya rangi

p41n7 b0x

sanduku la rangi

5c1550r5

mkasi

6lu3

gundi

3x3rc153 b00k

daftari

h0m3w0rk

kazi ya nyumbani

12

numb3r

nambari

2+2

4dd

jumlisha

5-2

5ub7r4c7

ondoa

2×2

mul71ply

zidisha

c4lcul473

kokotoa

A

l3773r

barua

ABCDEFG HIJKLMN OPQRSTU VWXYZ

4lph4b37

alfabeti

hello

w0rd

neno

73x7

maandishi

r34d

kusoma

ch4lk

chaki

l3550n

somo

r361573r

sajili

3x4m1n4710n

uchunguzi

c3r71f1c473

cheti

5ch00l un1f0rm

sare za shule

3duc4710n

elimu

3ncycl0p3d14

elezo

un1v3r517y

chuo kikuu

m1cr05c0p3

darubini

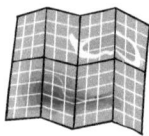

m4p

ramani

w4573-p4p3r b45k37

kikapu cha kuweka karatasi chafu

7r4v3l
usafiri

h073l
hoteli
h0573l
hosteli
ROOMS
EXCHANGE
curr3ncy 3xch4n63 0ff1c3
ofisi ya ubadilishanaji
5u17c453
sanduku
c4r
gari
Grand

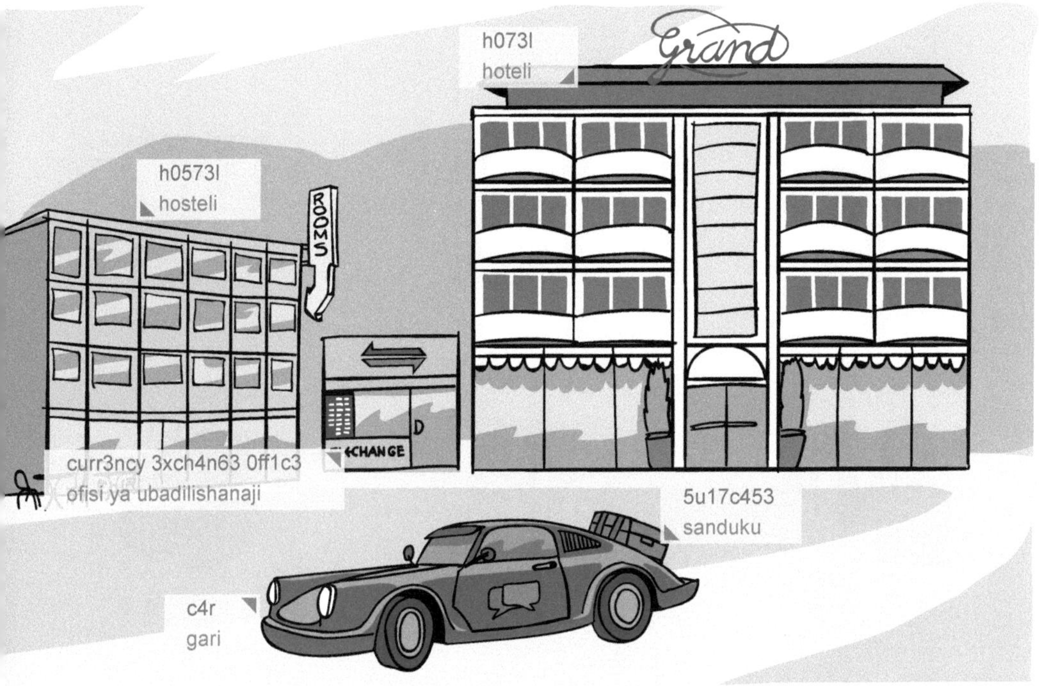

l4n6u463

lugha

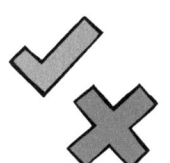

y35 / n0

ndiyo / la

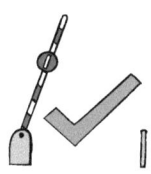

0k4y

sawa

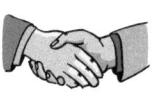

h3ll0

hujambo

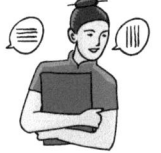

7r4n5l470r

mtafsiri

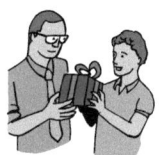

7h4nk y0u

Asante

how much 15
kiasi gani ni ...?

1 d0 n07 und3r574nd
Sielewi

pr0bl3m
tatizo

600d 3v3n1n6!
Jioni njema!

600d m0rn1n6!
Habari za asubuhi!

600d n16h7!
Usiku mwema!

600dby3
kwa heri

d1r3c710n
mwelekeo

lu66463
mizigo

b46
mfuko

b4ckp4ck
shanta

6u357
mgeni

r00m
chumba

5l33p1n6 b46
begi la kulalia

73n7
hema

70ur157 1nf0rm4710n

taarifa ya utalii

b34ch

ufuo

cr3d17 c4rd

kadi

br34kf457

kifunguakinywa

lunch

chakula cha mchana

d1nn3r

chakula cha jioni

71ck37

tiketi

3l3v470r

kuinua

574mp

muhuri

b0rd3r

mpaka

cu570m5

mila

3mb455y

ubalozi

v154

visa

p455p0r7

pasipoti

7r4n5p0r7

usafiri

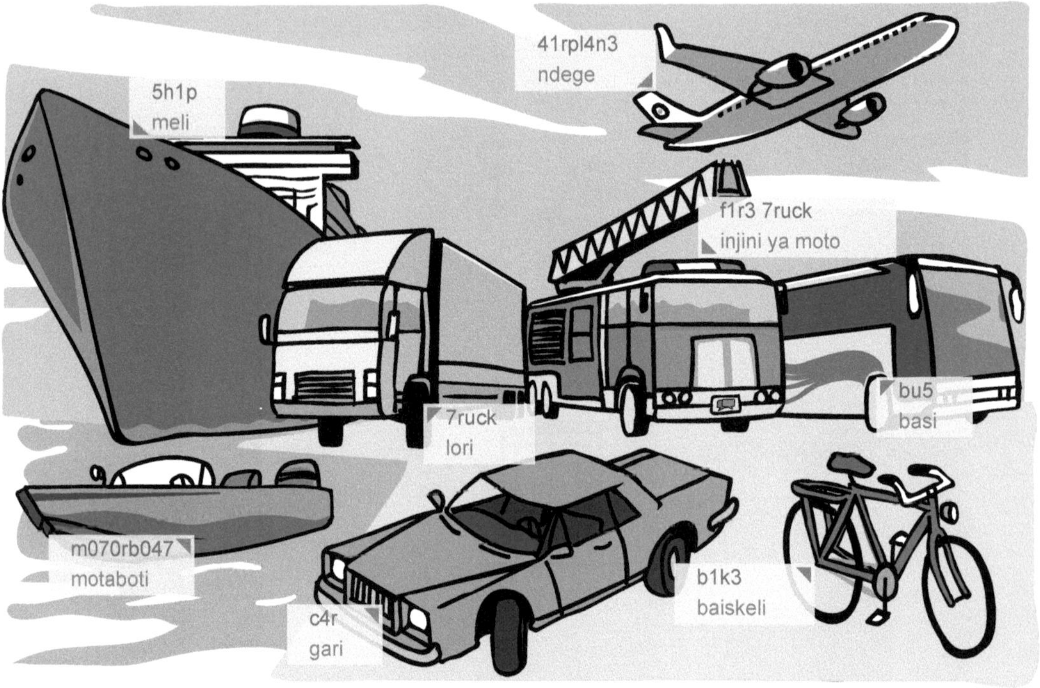

41rpl4n3
ndege
5h1p
meli
f1r3 7ruck
injini ya moto
bu5
basi
7ruck
lori
m070rb047
motaboti
b1k3
baiskeli
c4r
gari

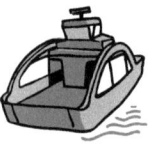

f3rry

feri

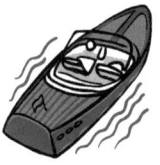

b047

mashua

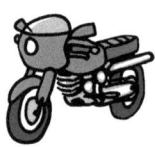

m070rb1k3

pikipiki

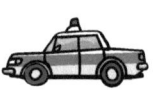

p0l1c3 c4r

gari la polisi

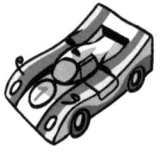

r4c1n6 c4r

gari la mashindano

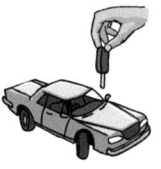

r3n74l c4r

gari la kukodisha

c4r 5h4r1n6

kushiriki gari

70w 7ruck

lori la kuvuta

64rb463 7ruck

ukusanyaji taka

3n61n3

motor

fu3l

mafuta

fu3l 574710n

kituo cha mafuta

7r4ff1c 516n

ishara trafiki

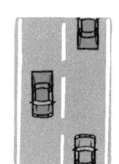

7r4ff1c

trafiki

7r4ff1c j4m

msongamano

p4rk1n6 l07

maegesho

7r41n 574710n

kituo cha treni

7r4ck5

reli

7r41n

garimoshi

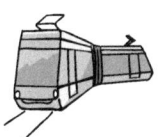

7r4m

tremu

w460n

gari la mizigo

h3l1c0p73r

helikopta

41rp0r7

uwanja wa ndege

70w3r

mnara

p4553n63r

abiria

c0n741n3r

chombo

c4r70n

katoni

c4r7

mkokoteni

b45k37

kikapu

74k3 0ff / l4nd

ondoka

c17y

jiji

v1ll463

kijiji

c17y c3n73r

katikati ya jiji

h0u53

nyumba

m0v13 7h3473r
sinema

4dv3r7
tangazo

57r337 l16h7
taa za mitaani

57r337
barabara

74x1
teksi

5n4ck 5h0p
duka la vitafunio

p3d357r14n
mtembea kwa migu

51d3w4lk
njia ya waenda kwa miguu

z3br4 cr0551n6
kivuko

dump573r
pipa

cr0551n6
kuvuka

7r4ff1c l16h75
taa za trafiki

hu7

kibanda

4p4r7m3n7

gorofa

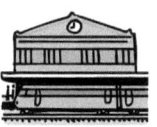

7r41n 574710n

kituo cha treni

c17y h4ll

ukumbi wa mji

mu53um

Makavazi

5ch00l

shule

c17y - jiji

un1v3r517y

chuo kikuu

b4nk

benki

h05p174l

hospitali

h073l

hoteli

ph4rm4cy

duka la dawa

0ff1c3

ofisi

b00k 5h0p

duka la kitabu

5h0p

duka

fl0w3r 5h0p

duka la maua

5up3rm4rk37

dukakuu

m4rk37

soko

d3p4r7m3n7 570r3

idara ya kuhifadhi

f15hm0n63r'5 5h0p

mwuza samaki

m4ll

kituo cha ununuzi

h4rb0r

bandari

p4rk

Hifadhi

b3nch

benki

br1d63

daraja

5741r5

vidato

5ubw4y

chini ya ardhi

7unn3l

handaki

bu5 570p

kituo cha mabasi

b4r

bar

r3574ur4n7

mgahawa

p057b0x

sanduku la posta

57r337 516n

ishara ya barabara

p4rk1n6 m373r

mita ya maegesho

z00

bustani ya wanyama

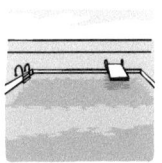

5w1mm1n6 p00l

kidimbwi cha kuogelea

m05qu3

msikiti

f4rm
shamba

p0llu710n
uchafuzi

c3m373ry
makaburini

church
kanisa

pl4y6r0und
uwanja wa michezo

73mpl3
hekalu

l4nd5c4p3

mazingira

l34f
jani

516np057
ishara ya mwelekeo

p47h
njia

m34d0w
malisho

570n3
jiwe

h1k3r
mtembeaji wa masafa

7r33
mti

r1v3r
mto

6r455
nyasi

fl0w3r
ua

v4ll3y

bonde

h1ll

kilima

l4k3

ziwa

f0r357

msitu

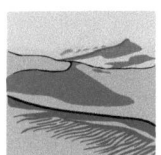

d353r7

jangwa

v0lc4n0

volkano

c457l3

ngome

r41nb0w

upinde wa mvua

mu5hr00m

uyoga

p4lm 7r33

mtende

m05qu170

mbu

fly

kuruka

4n7

chungu

b33

nyuki

5p1d3r

buibui

b337l3

mende

fr06

chura

5qu1rr3l

kuchakuro

h3d63h06

nungunungu

h4r3

sungura

0wl

bundi

b1rd

ndege

5w4n

swan

b04r

nguruwe mwitu

d33r

kulungu

m0053

aina ya kongoni

d4m

bwawa

w1nd 7urb1n3

tabo ya upepo

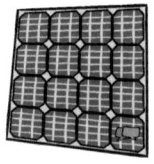

50l4r p4n3l

nishaji ya jua

cl1m473

hali ya hewa

r3574ur4n7
mgahawa

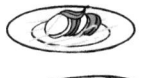

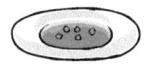

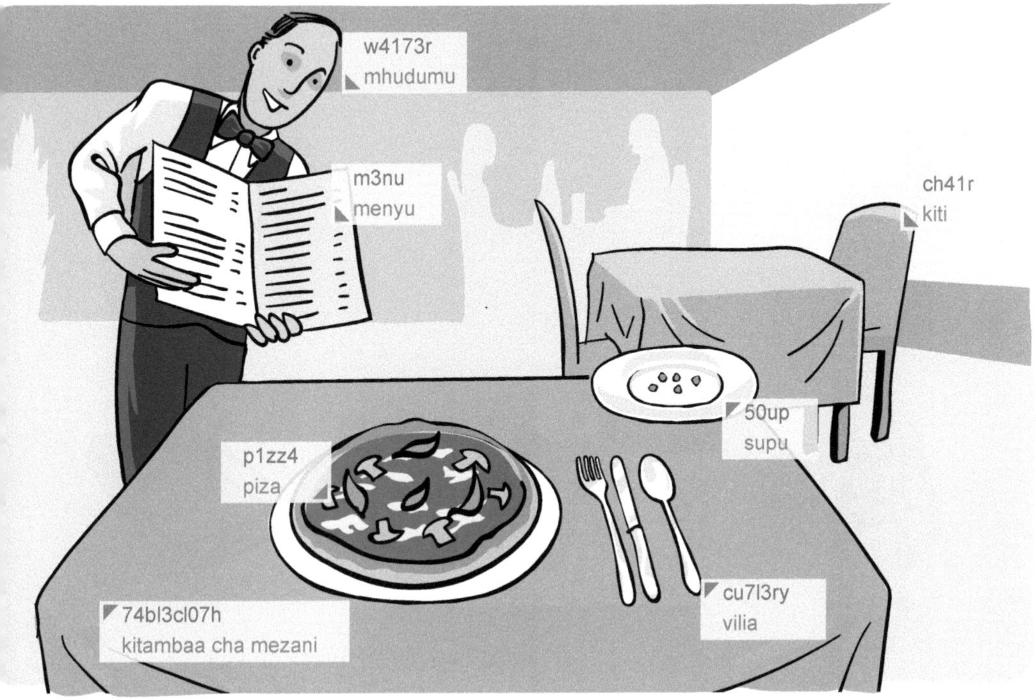
w4173r
mhudumu
m3nu
menyu
ch41r
kiti
50up
supu
p1zz4
piza
74bl3cl07h
kitambaa cha mezani
cu7l3ry
vilia

574r73r
kiamsha hamu

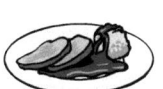

m41n c0ur53
kozi kuu

d3553r7
kitindamlo

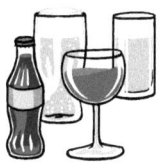

dr1nk5
vinywaji

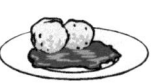

f00d
chakula

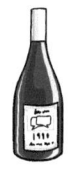

b077l3
chupa

f457 f00d

chakula cha haraka

57r337 f00d

Streetfood

734p07

buli

5u64r b0wl

kisanduku cha sukari

p0r710n

sehemu

35pr3550 m4ch1n3

mashine ya espresso

h16h ch41r

kiti kirefu

b1ll

muswada

7r4y

trei

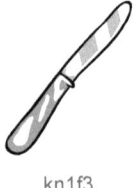

kn1f3

kisu

f0rk

uma

5p00n

kijiko

7345p00n

kijiko cha chai

53rv13773

nepi

6l455

glasi

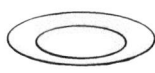

pl473

sahani

50up pl473

sahani ya supu

54uc3r

sufuria

54uc3

mchuzi

54l7 5h4k3r

kichanyaji chumvi

p3pp3r m1ll

kinu cha pilipili

v1n364r

siki

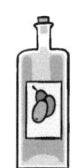

01l

mafuta

5p1c35

viungo

k37chup

kechapu

mu574rd

haradali

m4y0nn4153

kachumbari nzito

5up3rm4rk37

dukakuu

5p3c14l 0ff3r
ofa maalum
cu570m3r
mteja
d41ry pr0duc75
maziwa
fru17
matunda
5h0pp1n6 c4r7
toroli
FOR

BUTCHERS

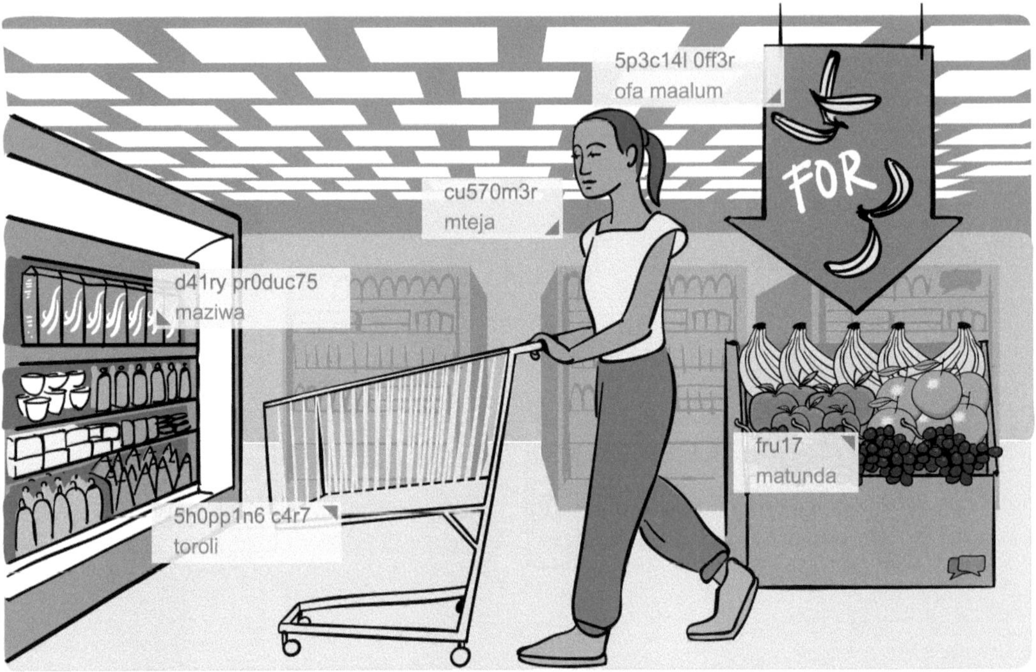

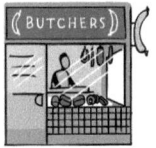

bu7ch3r'5 5h0p

mchinjaji

BAKERY

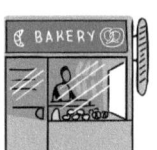

b4k3ry

mwokaji

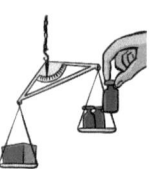

w316h

uzito

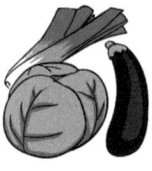

v36374bl35

mboga

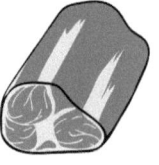

m347

nyama

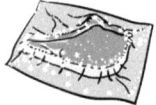

fr0z3n f00d

chakula waliohifadhiwa

c0ld cu75

vipande vya nyama baridi

c4nn3d f00d

chakula cha kopo

d373r63n7

sabuni ya unga

c4ndy

pipi

h0u53h0ld pr0duc75

bidhaa za kaya

cl34n1n6 pr0duc75

bidhaa za kusafisha

54l35 r3pr353n7471v3

mtu mauzo

c45h r361573r

mpaka

c45h13r

keshia

5h0pp1n6 l157

orodha ya manunuzi

0p3n1n6 h0ur5

masaa ya ufunguzi

w4ll37

mkoba

cr3d17 c4rd

kadi

b46

mfuko

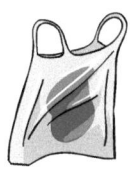

pl4571c b46

mfuko wa plastiki

w473r

maji

ju1c3

sharubati

m1lk

maziwa

c0k3

coke

w1n3

mvinyo

b33r

bla

4lc0h0l

pombe

c0c04

kakao

734

chai

c0ff33

kahawa

35pr3550

spreso

c4ppucc1n0

kapuchino

b4n4n4

ndizi

4ppl3

tufaha

0r4n63

machungwa

m3l0n

tikiti

l3m0n

lemon

c4rr07

karoti

64rl1c

kitunguu saumu

b4mb00

mianzi

0n10n

kitunguu

mu5hr00m

uyoga

nu75

karanga

n00dl35

nudo

5p46h3771

spageti

r1c3

mpunga

54l4d

saladi

fr135

vibanzi

fr13d p0747035

viazi vya kukaanga

p1zz4

piza

h4mbur63r

hambaga

54ndw1ch

sandwichi

35c4l0p3

kipande

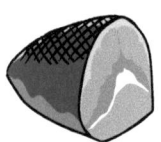

h4m

paja la mnyama

54l4m1

salami

54u5463

soseji

ch1ck3n

kuku

r0457

choma

f15h

samaki

p0rr1d63 0475

oats ya uji

mu35l1

muesli

c0rnfl4k35

cornflakes

fl0ur

unga

cr01554n7

kroisanti

br34d r0ll

andazi

br34d

mkate

70457

mkate wa kubanika

c00k135

biskuti

bu773r

siagi

curd

maziwa mgando

c4k3

keki

366

yai

fr13d 366

yai kukaanga

ch3353

jibini

1c3 cr34m

aiskrimu

5u64r

sukari

h0n3y

asali

j3lly

jemu

n0u647 cr34m

kuenea kwa chokoleti

curry

mchuzi wa viungo

f4rm
shamba

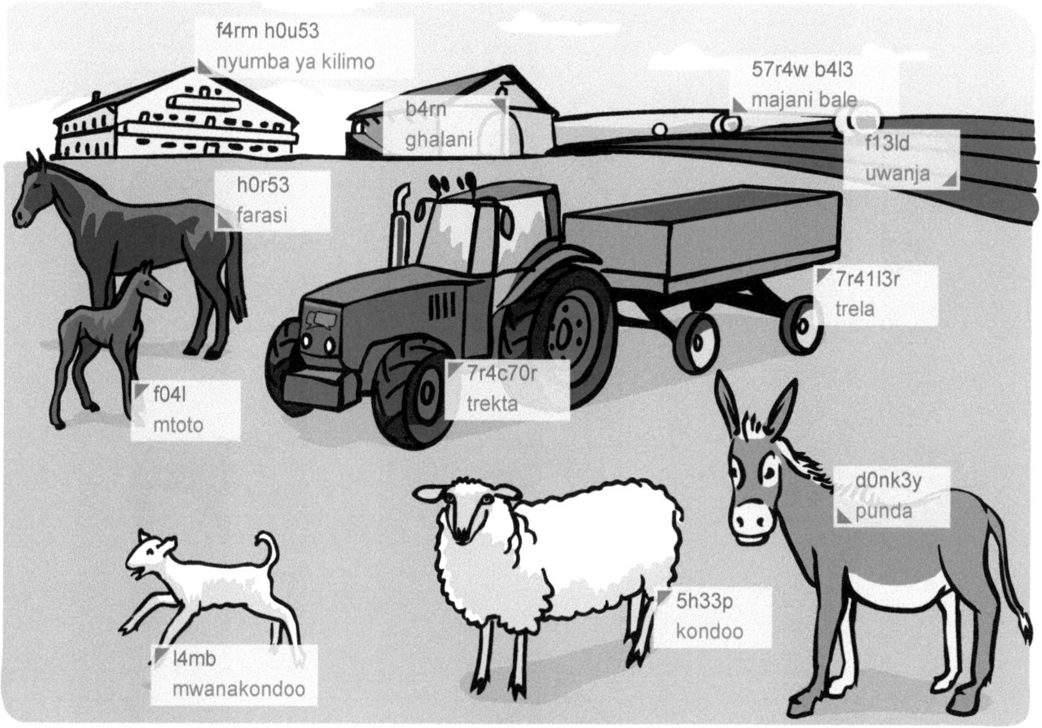

f4rm h0u53
nyumba ya kilimo
b4rn
ghalani
57r4w b4l3
majani bale
f13ld
uwanja
h0r53
farasi
7r41l3r
trela
7r4c70r
trekta
f04l
mtoto
d0nk3y
punda
5h33p
kondoo
l4mb
mwanakondoo

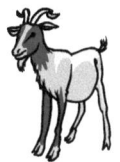

6047

mbuzi

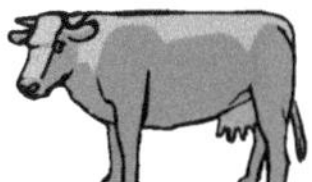

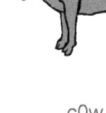

c0w

ng'ombe

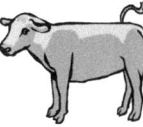

c4lf

ndama

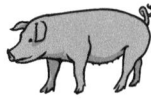

p16

nguruwe

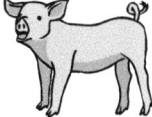

p16l37

mwananguruwe

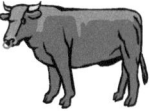

bull

fahali

60053

batabukini

duck

bata

ch1ck

kifaranga

h3n

kuku

c0ck3r3l

jogoo

r47

panya

c47

paka

m0u53

panya

0x

ng'ombe

d06

mbwa

d06 h0u53

nyumba ya mbwa

64rd3n h053

bomba la bustani

w473r1n6 c4n

debe la kumwagilia maji

5cy7h3

fyekeo

pl0u6h

kulima

51ckl3

mundu

h03

jembe

p17chf0rk

uma wa nyasi

4x3

shoka

pu5hc4r7

toroli

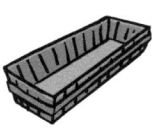

7r0u6h

kupitia nyimbo

m1lk c4n

chombo cha maziwa

54ck

gunia

f3nc3

ua

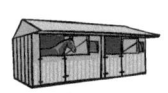

574bl3

imara

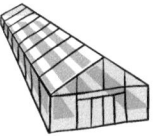

6r33nh0u53

chafu

501l

udongo

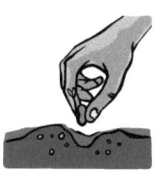

533d

mbegu

f3r71l1z3r

mbolea

c0mb1n3 h4rv3573r

kivunaji

h4rv357

mavuno

h4rv357

mavuno

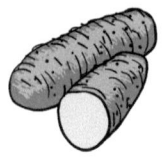

y4m5

viazi vikuu

wh347

ngano

50y4

soya

p07470

viazi

c0rn

mahindi

r4p3533d

rapa

fru17 7r33

mti wa matunda

m4n10c

muhogo

6r41n

nafaka

h0u53
nyumba

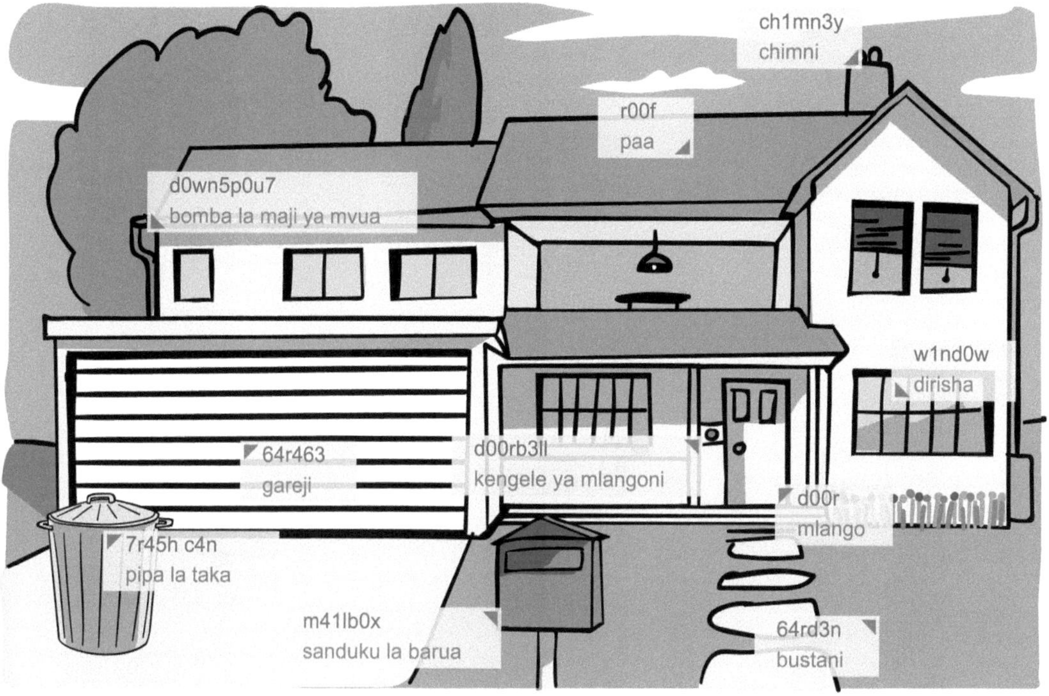
ch1mn3y
chimni
r00f
paa
d0wn5p0u7
bomba la maji ya mvua
w1nd0w
dirisha
64r463
gareji
d00rb3ll
kengele ya mlangoni
d00r
mlango
7r45h c4n
pipa la taka
m41lb0x
sanduku la barua
64rd3n
bustani

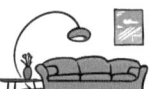

l1v1n6 r00m

sebuleni

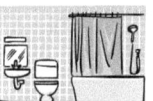

b47hr00m

bafu

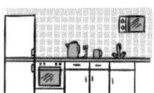

k17ch3n

jikoni

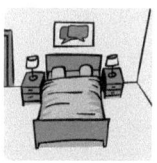

b3dr00m

chumba cha kulala

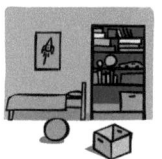

ch1ld'5 r00m

chumba ya mtoto

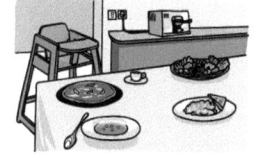

d1n1n6 r00m

chumba cha kulia

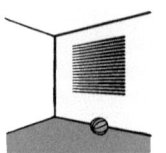

fl00r

sakafu

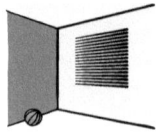

w4ll

ukuta

c31l1n6

dari

c3ll4r

pishi

54un4

sauna

b4lc0ny

roshani

73rr4c3

mtaro

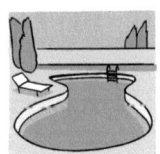

p00l

kidimbwi

l4wn m0w3r

mashine ya kukata nyasi

5h337

karatasi

b3d5pr34d

kitambaa cha kupamba kitanda

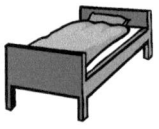

b3d

kitanda

br00m

ufagio

buck37

ndoo

5w17ch

kubadili

l1v1n6 r00m

sebuleni

w4llp4p3r
mandhari
p1c7ur3
picha
l4mp
taa
5h3lf
rafu
c4b1n37
kabati
73l3v1510n
televisheni/runinga
f1r3pl4c3
mekoni
fl0w3r
ua
cu5h10n
mto
50f4
sofa
v453
chombo cha maua
r3m073 c0n7r0l
kitenzambali

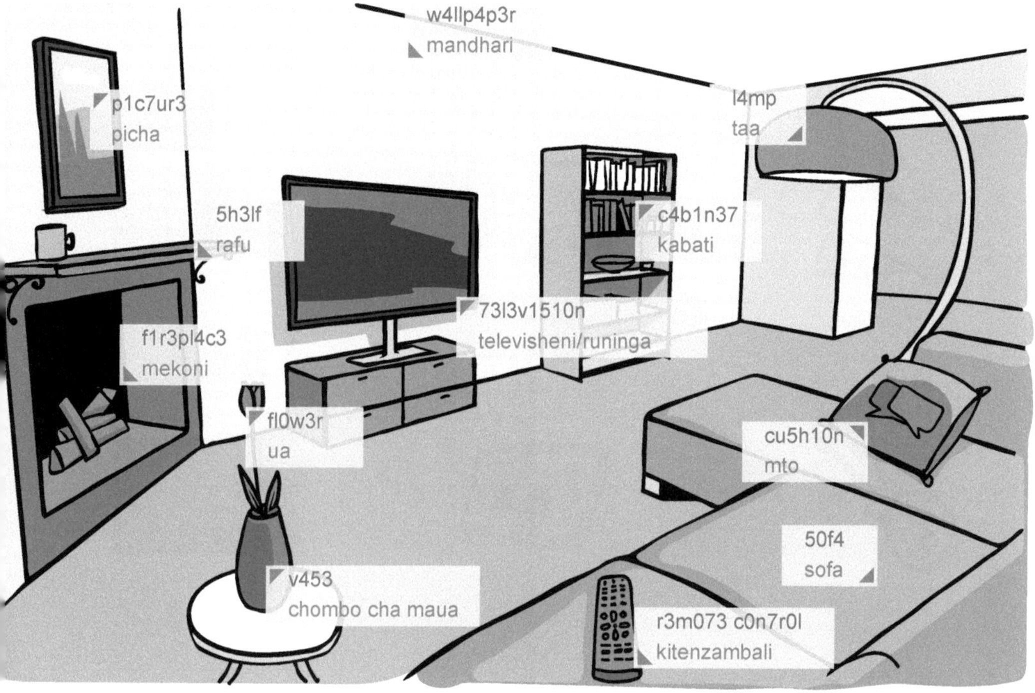

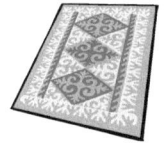

c4rp37

zulia

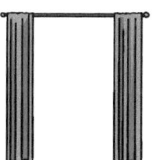

dr4p3

pazia

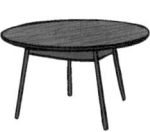

74bl3

meza

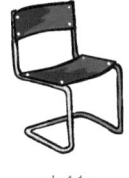

ch41r

kiti

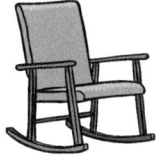

r0ck1n6 ch41r

kiti cha bembea

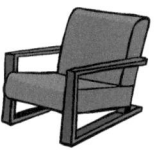

4rmch41r

armchair

b00k

kitabu

bl4nk37

blanketi

d3c0r4710n

mapambo

f1r3w00d

kuni

f1lm

filamu

573r30 5y573m

kifaa cha hi-fi

k3y

ufunguo

n3w5p4p3r

gazeti

p41n71n6

uchoraji

p0573r

bango

r4d10

redio

n073b00k

daftari

v4cuum cl34n3r

kifyonza

c4c7u5

dungusi kakati

c4ndl3

mshumaa

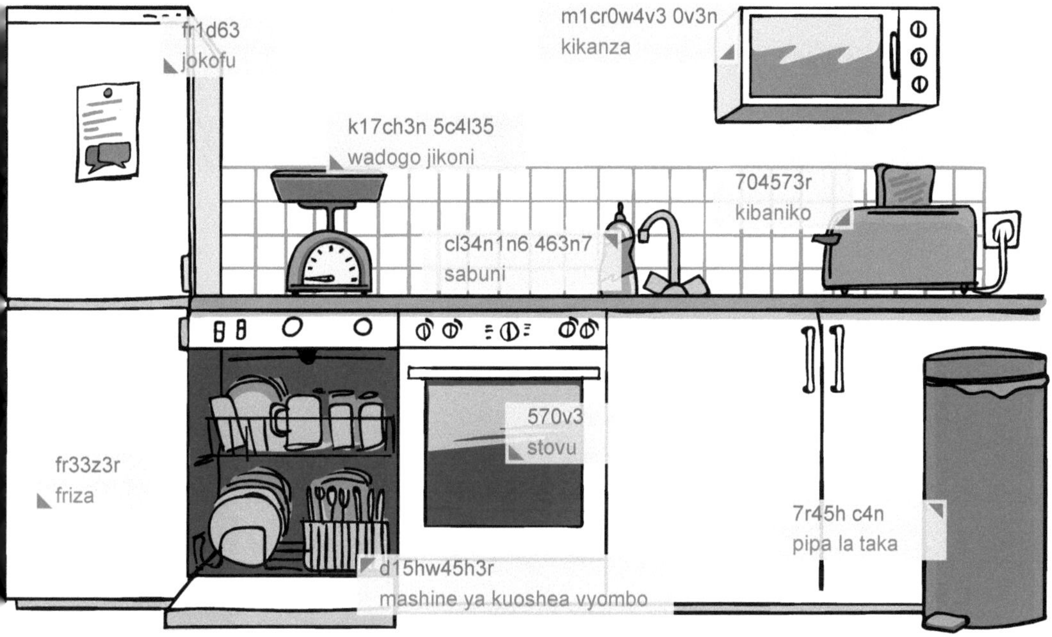

fr1d63
jokofu

m1cr0w4v3 0v3n
kikanza

k17ch3n 5c4l35
wadogo jikoni

cl34n1n6 463n7
sabuni

704573r
kibaniko

fr33z3r
friza

570v3
stovu

7r45h c4n
pipa la taka

d15hw45h3r
mashine ya kuoshea vyombo

c00k3r

jiko la kupika

p07

chungu

c457-1r0n p07

sufuria ya chuma

w0k / k4d41

wok / kadai

p4n

kaango

k377l3

birika

5734m3r

stima

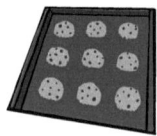

b4k1n6 7r4y

sinia ya kuoka

cr0ck3ry

vyombo vya udongo

mu6

kombe

b0wl

bakuli

ch0p571ck5

vijiti vya kulia

l4dl3

ukawa

5p47ul4

mwiko mpana

wh15k

burashi

57r41n3r

kichujio

513v3

chujio

6r473r

mbuzi

m0r74r

chokaa

b4rb3cu3

barbeque

f1r3pl4c3

moto wazi

ch0pp1n6 b04rd

ubao wa majaribio

r0ll1n6 p1n

kijiti cha kusukuma unga

c0rk5cr3w

kizibuo

c4n

kopo

c4n 0p3n3r

inaweza kopo

0v3n cl07h

kishikio cha chungu

51nk

karo

bru5h

brashi

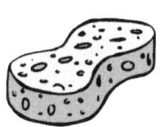

5p0n63

sifongo

bl3nd3r

kisagaji matunda

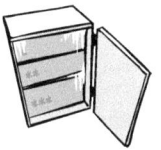

d33p fr33z3r

friji ya kina

b4by b077l3

chupa ya mtoto

74p

bomba

b47hr00m

bafu

h3471n6
joto
70w3l
taulo
5h0w3r
mfereji wa kuogea
5h0w3r cur741n
pazia la kuogea
bubbl3 b47h
maji ya kuoga yenye povu
b47h7ub
hodhi
6l455
glasi
w45h1n6 m4ch1n3
mashine ya kuosha
74p
bomba
71l35
vigae
p077y
poti
51nk
karo

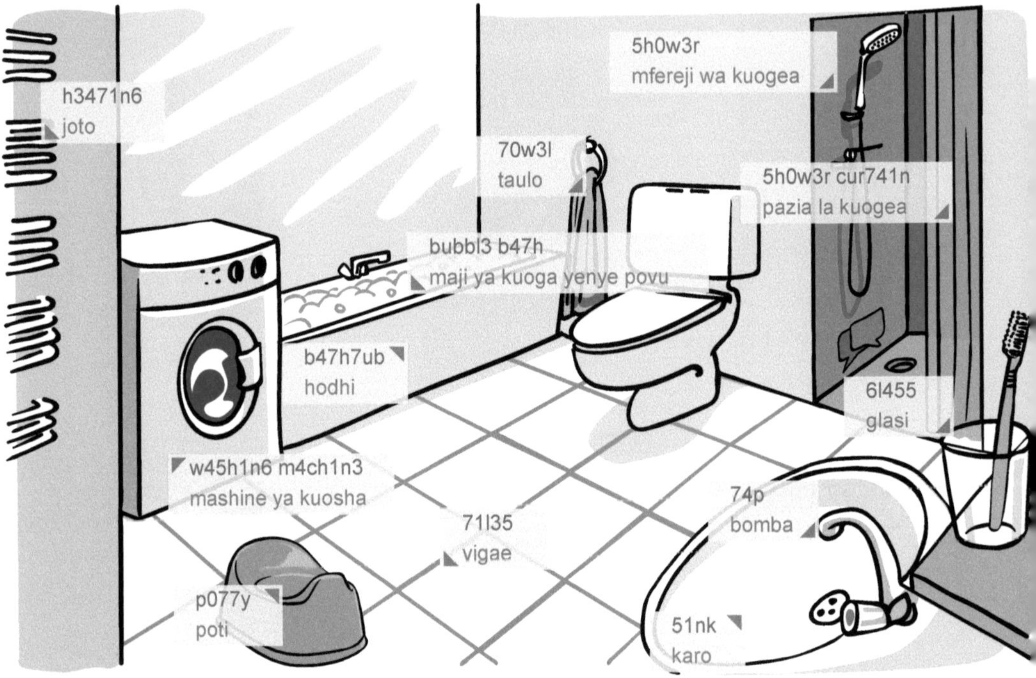

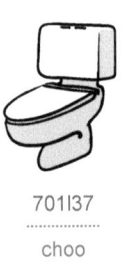

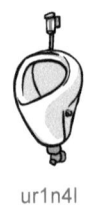

701l37
choo

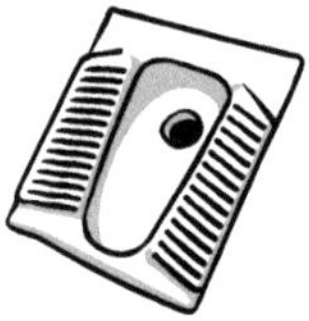

5qu47 701l37
choo cha squat

b1d37
beseni la mviringo

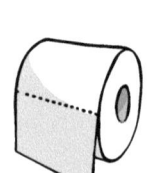

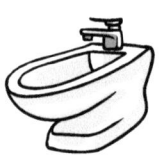

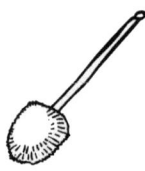

ur1n4l
choo cha umma

701l37 p4p3r
shashi

701l37 bru5h
brashi ya choo

7007hbru5h

mswaki

7007hp4573

dawa ya meno

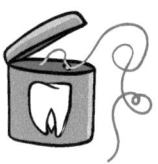

d3n74l fl055

dawa ya meno

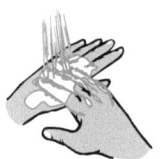

w45h

safisha

h4nd 5h0w3r

kuoga mkono

d0uch3

msukumo wa maji

b451n

bonde

b4ck bru5h

mpako wa pili

504p

sabuni

5h0w3r 63l

jeli ya kuogea

5h4mp00

shampuu

fl4nn3l

flana

dr41n

toa maji

cr3m3

krimu

d30d0r4n7

kiondoa harufu

m1rr0r

kioo

h4nd m1rr0r

kioo mkono

r4z0r

kinyozi

5h4v1n6 f04m

povu la kunyoa

4f73r5h4v3

baada ya kunyoa

c0mb

kichana

bru5h

brashi

h41r-dry3r

kikausha nywele

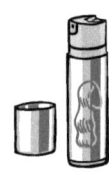

h41r5pr4y

marashi ya nyewele

m4k3up

vipodozi

l1p571ck

kidomwa

n41l v4rn15h

varnish ya msumari

c0770n w00l

pamba

n41l 5c1550r5

mkasi wa kucha

p3rfum3

manukato

w45hb46

mkoba wa kuosha

5700l

kinyesi

w316h1n6 5c4l35

mizani

b47hr0b3

nguo ya kuoga

rubb3r 6l0v35

glavu za mpira

74mp0n

kisodo

54n174ry 70w3l

sodo

ch3m1c4l 701l37

kemikali choo

ch1ld'5 r00m

chumba ya mtoto

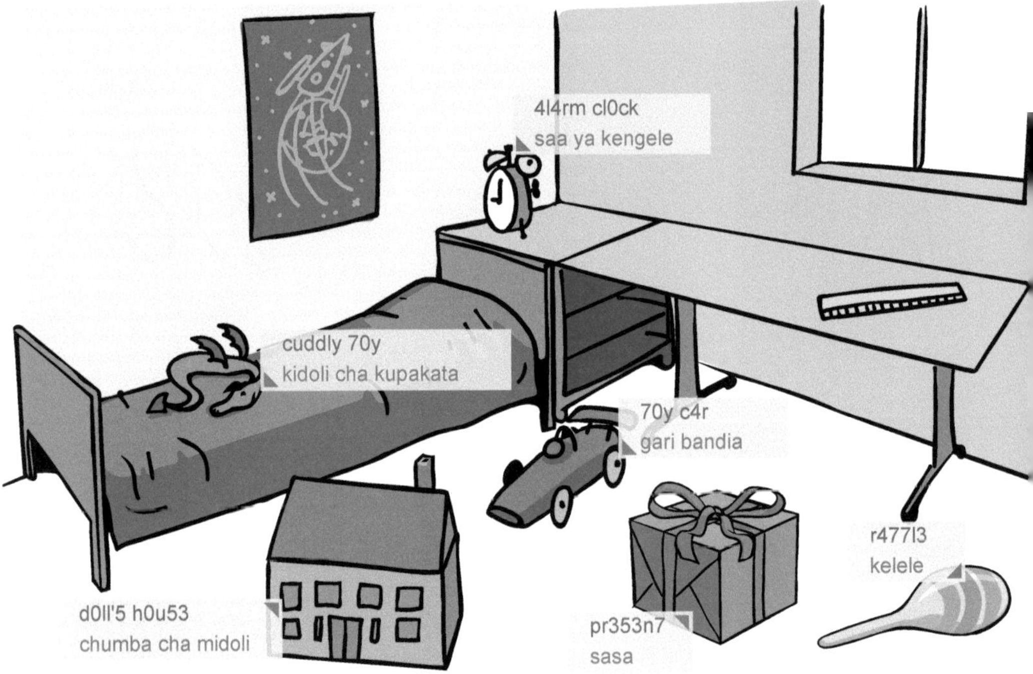

4l4rm cl0ck
saa ya kengele
cuddly 70y
kidoli cha kupakata
70y c4r
gari bandia
r477l3
kelele
d0ll'5 h0u53
chumba cha midoli
pr353n7
sasa

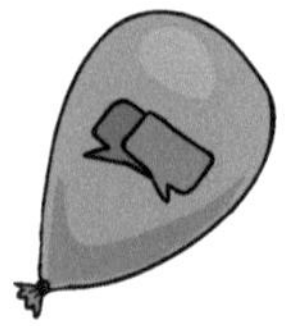

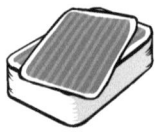

b4ll00n

baluni

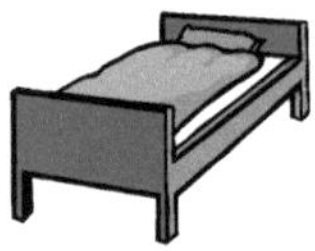

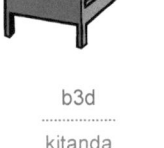

b3d

kitanda

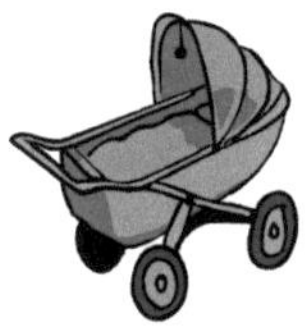

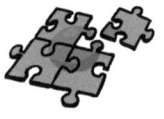

57r0ll3r

mashua

d3ck 0f c4rd5

staha ya kadi

j1654w

mchezo-fumb

SUPER
MEGA

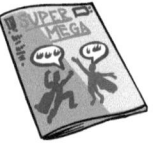

c0m1c

vichekesho

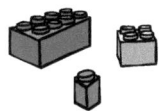

l360 br1ck5

matofali lego

70y bl0ck5

vitalu mwigo

4c710n f16ur3

hatua takwimu

r0mp3r 5u17

suti ya kulalia

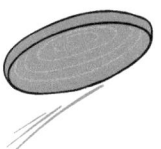

fr15b33

kisahani

m0b1l3

simu

b04rd 64m3

ubao wa michezo

d1c3

kete

m0d3l 7r41n 537

garimoshi mwigo

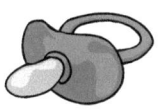

dummy

dummy

p4r7y

chama

p1c7ur3 b00k

picha kitabu

b4ll

mpira

d0ll

kikaragosi

pl4y

kucheza

54ndp17
....
shimo la mchanga

5w1n6
....
bembea

70y
....
vitu bandia

v1d30 64m3 c0n50l3
....
kiweko cha video ya
mchezo

7r1cycl3
....
baiskeli ya magurudumu

73ddy b34r
....
mwanasesere

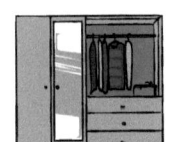

w4rdr0b3
....
kabati

matatu

50ck5
....
soksi

570ck1n65
....
stokingi

716h75
....
kibano

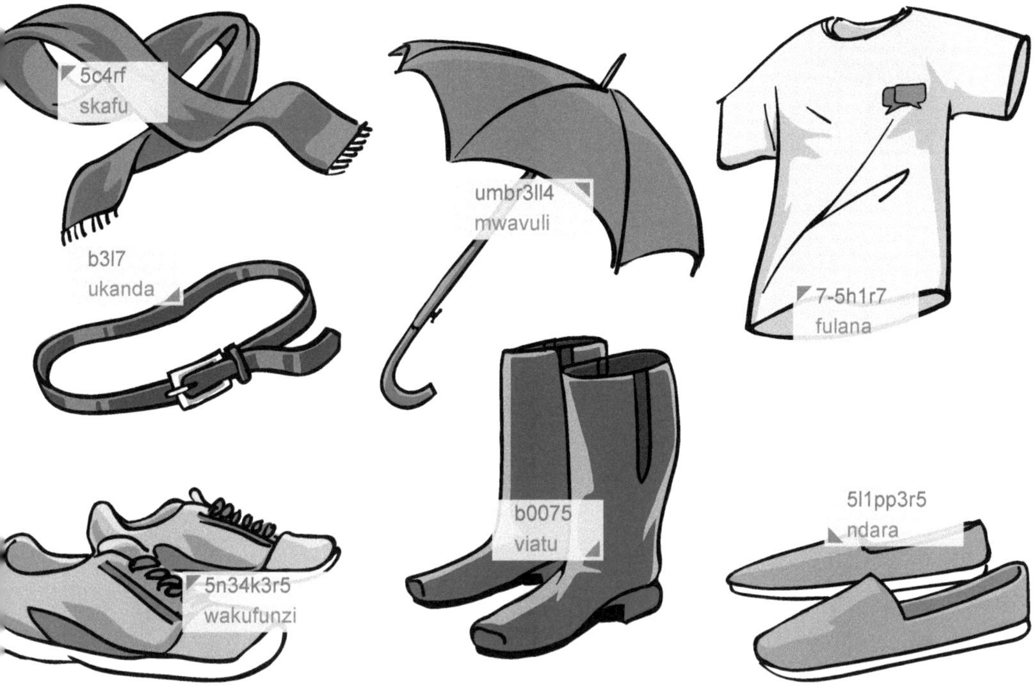

5c4rf
skafu

umbr3ll4
mwavuli

7-5h1r7
fulana

b3l7
ukanda

b0075
viatu

5l1pp3r5
ndara

5n34k3r5
wakufunzi

54nd4l5

malapa

5h035

viatu

rubb3r b0075

mabuti ya mpira

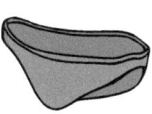

br13f5

suruali ya ndani

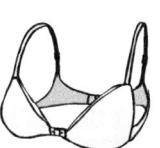

br4

sidiria

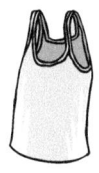

und3r5h1r7

fulana

b0dy

mwili

p4n75

suruali

j34n5

dangirizi

5k1r7

sketi

bl0u53

blauzi

5h1r7

shati

pull0v3r

vuta

5w3473r

sweta

bl4z3r

bleza

j4ck37

jaketi

c047

koti

r41nc047

koti la mvua

c057um3

maleba

dr355

gauni

w3dd1n6 dr355

mavazi ya harusi

5u17

suti

n16h760wn

vazi la usiku

p4j4m45

pajama

54r1

sari

h34d5c4rf

skafu

7urb4n

kilemba

burk4

burka

k4f74n

kaftan

4b4y4

abaya

5w1m5u17

vazi la kuogelea

7runk5

vazi la kiume la kuogelea

5h0r75

kaptura

7r4ck5u17

teitei

4pr0n

aproni

6l0v35

glavu

bu770n

kifungo

6l45535

glasi

br4c3l37

bangili

n3ckl4c3

mkufu

r1n6

pete

34rr1n6

herini

c4p

kofia

c047 h4n63r

kiango cha koti

h47

kofia

713

tai

z1p

zipu

h3lm37

kofia

br4c35

kanda za suruali

5ch00l un1f0rm

sare za shule

un1f0rm

sare

b1b
....
bibu

dummy
....
dummy

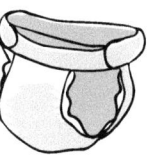

d14p3r
....
nepi

0ff1c3
ofisi

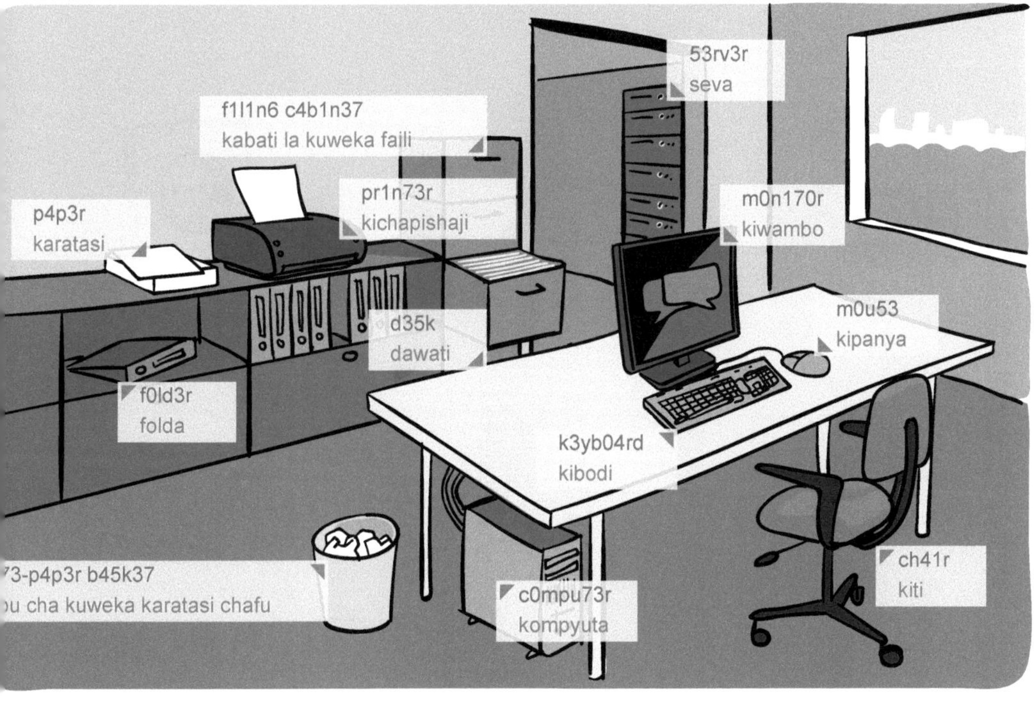

53rv3r
seva

f1l1n6 c4b1n37
kabati la kuweka faili

pr1n73r
kichapishaji

m0n170r
kiwambo

p4p3r
karatasi

m0u53
kipanya

d35k
dawati

f0ld3r
folda

k3yb04rd
kibodi

ch41r
kiti

73-p4p3r b45k37
ou cha kuweka karatasi chafu

c0mpu73r
kompyuta

c0ff33 mu6
....
kmobe la kahawa

c4lcul470r
....
kikokotoo

1n73rn37
....
biashara

l4p70p

mbali

l3773r

barua

m355463

ujumbe

c3ll ph0n3

rununu

n37w0rk

intaneti

ph070c0p13r

fotokopia

50f7w4r3

programu

73l3ph0n3

simu

plu6 50ck37

soketi

f4x m4ch1n3

kipepesi

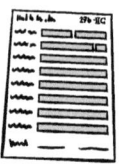

f0rm

fomu

d0cum3n7

hati

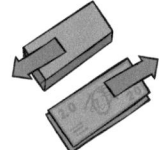

buy

kununua

p4y

kulipa

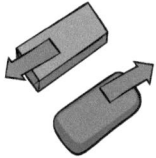

7r4d3

biashara

m0n3y

fedha

d0ll4r

dola

3ur0

yuro

y3n

yeni

r0ubl3

rouble

5w155 fr4nc

faranga ya Uswisi

r3nm1nb1 yu4n

renminbi yuan

rup33

rupia

c45h p01n7

eneo la kulipia

curr3ncy 3xch4n63 0ff1c3

ofisi ya ubadilishanaji

60ld

dhahabu

51lv3r

fedha

01l

mafuta

3n3r6y

nishati

pr1c3

bei

c0n7r4c7

mkataba

74x

kodi

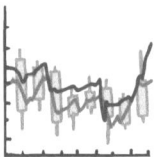

570ck

bidhaa

w0rk

kazi

3mpl0y33

mfanyakazi

3mpl0y3r

mwajiri

f4c70ry

kiwanda

5h0p

duka

0ccup4710n5
kazi

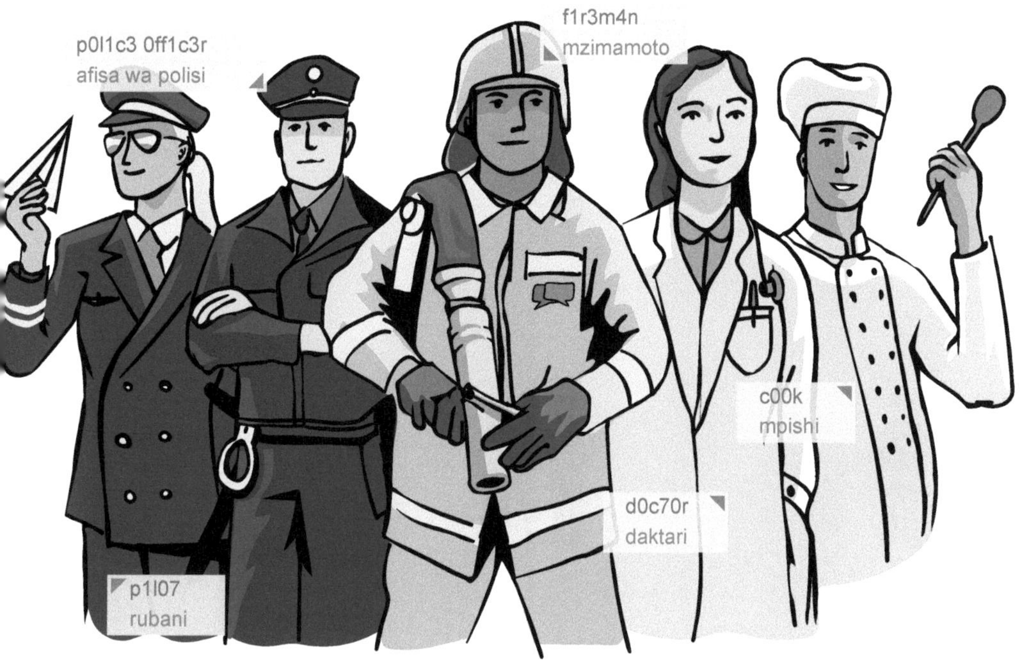

p0l1c3 0ff1c3r
afisa wa polisi
f1r3m4n
mzimamoto
c00k
mpishi
d0c70r
daktari
p1l07
rubani

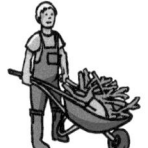

64rd3n3r

mtunza bustani

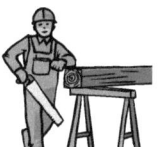

c4rp3n73r

seremala

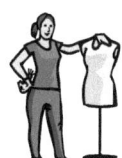

534m57r355

mshonaji

jud63

hakimu

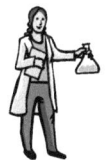

ch3m157

mwanakemia

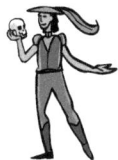

4c70r

muigizaji

bu5 dr1v3r

dereva wa basi

74x1 dr1v3r

dereva wa teksi

f15h3rm4n

mvuvi

cl34n1n6 l4dy

mwanamke wa kusafisha

r00f3r

mwezekaji

w4173r

mhudumu

hun73r

mwindaji

p41n73r

mchoraji

b4k3r

mwokaji

3l3c7r1c14n

umeme

bu1ld3r

mjenzi

3n61n33r

mhandisi

bu7ch3r

mchinjaji

plumb3r

fundi bomba

p057m4n

mwanaposta

50ld13r

mwanajeshi

4rch173c7

msanifu majengo

c45h13r

keshia

fl0r157

muuza maua

h41rdr3553r

msusi

c0nduc70r

kondakta

m3ch4n1c

mekanika

c4p741n

nahodha

d3n7157

daktari wa meno

5c13n7157

mwanasayansi

r4bb1

rabbi

1m4m

imamu

m0nk

mtawa

p4570r

kasisi

700l5
zana

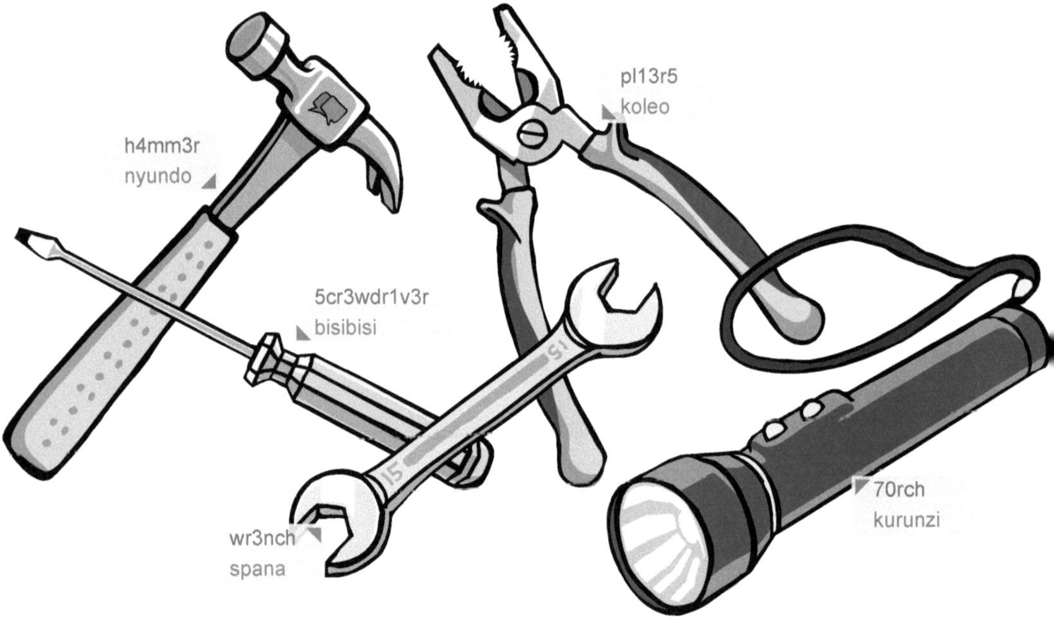

h4mm3r
nyundo
pl13r5
koleo
5cr3wdr1v3r
bisibisi
wr3nch
spana
70rch
kurunzi

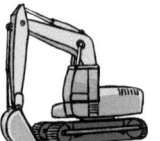

3xc4v470r

mchimbaji

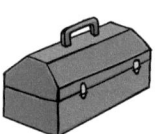

700lb0x

sanduku la vifaa

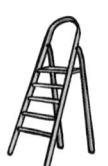

l4dd3r

ngazi

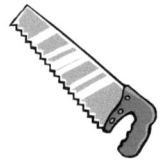

54w

msumeno

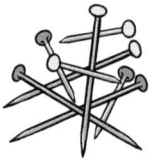

n41l5

misumari

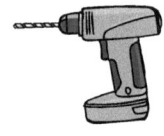

dr1ll

kuchimba visima

r3p41r

kukarabati

5h0v3l

sepetu

d4mn!

Lo!

du57p4n

kishikio cha uchafu

p41n7 c4n

chungu cha rangi

5cr3w5

skurubu

mu51c4l 1n57rum3n75

ala za muziki

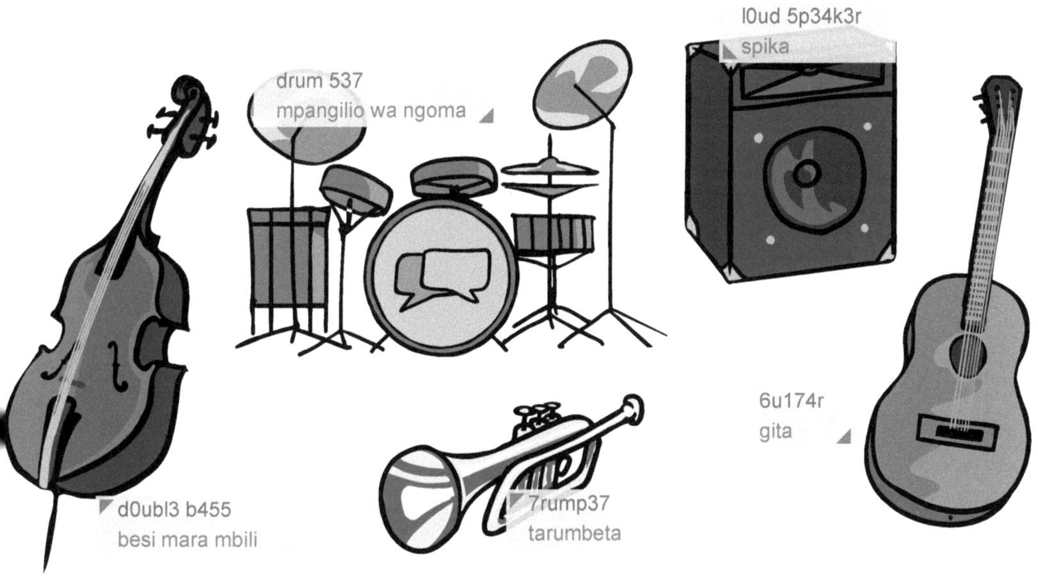

drum 537
mpangilio wa ngoma

l0ud 5p34k3r
spika

6u174r
gita

d0ubl3 b455
besi mara mbili

7rump37
tarumbeta

p14n0

piano

v10l1n

fidla

b455

ubeji

71mp4n1

timpani

drum5

ngoma

k3yb04rd

kibodi

54x0ph0n3

saksafoni

flu73

filimbi

m1cr0ph0n3

maikrofoni

z00

bustani ya wanyama

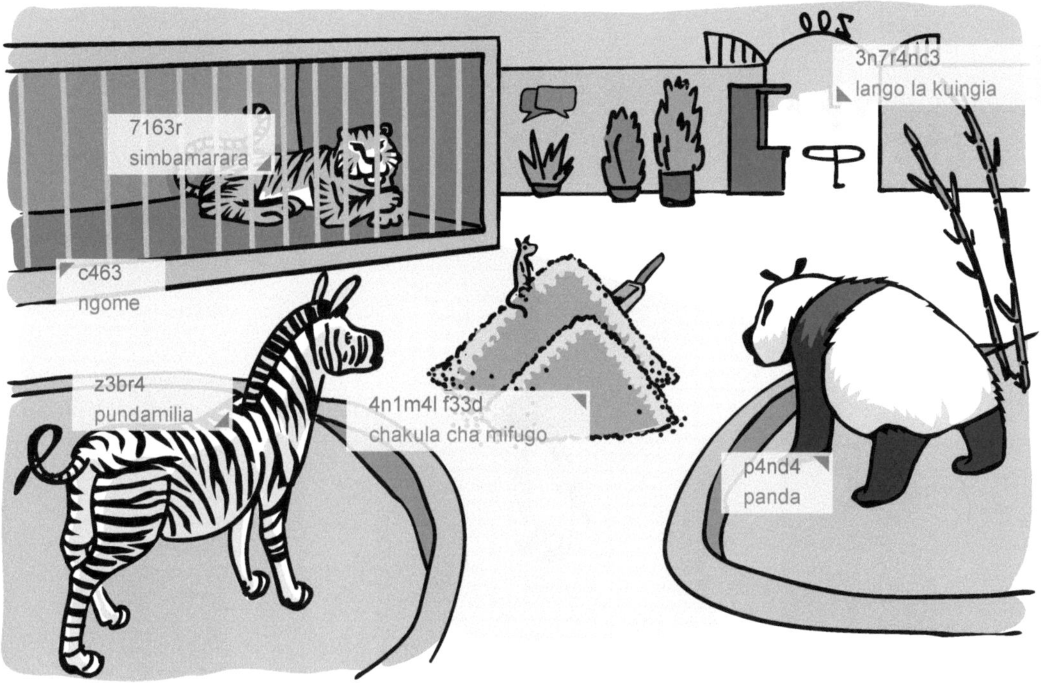
3n7r4nc3
lango la kuingia
7163r
simbamarara
c463
ngome
z3br4
pundamilia
4n1m4l f33d
chakula cha mifugo
p4nd4
panda

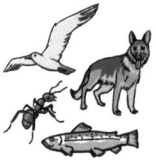

4n1m4l5

wanyama

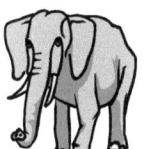

3l3ph4n7

tembo

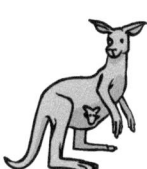

k4n64r00

kangaruu

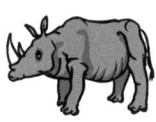

rh1n0

kifaru

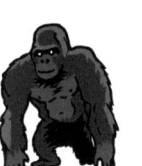

60r1ll4

sokwe

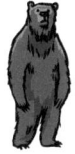

b34r

dubu

c4m3l
ngamia

057r1ch
mbuni

l10n
simba

m0nk3y
tumbili

fl4m1n60
heroe

p4rr07
kasuku

p0l4r b34r
dubu

p3n6u1n
penguini

5h4rk
papa

p34c0ck
tausi

5n4k3
nyoka

cr0c0d1l3
mamba

z00k33p3r
mtunza wanyama

534l
muhuri

j46u4r
jaguar

p0ny

mwanafarasi

l30p4rd

chui

h1pp0

kiboko

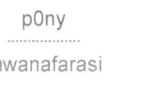

61r4ff3

twiga

346l3

tai

b04r

nguruwe mwitu

f15h

samaki

7ur7l3

kobe

w4lru5

sili

f0x

mbweha

64z3ll3

paa

4m3r1c4n f007b4ll
soka ya marekani

cycl1n6
uendeshaji baiskeli

73nn15
tenisi

b45k37b4ll
mpira wa kikapu

5w1mm1n6
kuogelea

b0x1n6
ndondi

1c3 h0ck3y
magongo ya barafuni

50cc3r
soka

b4dm1n70n
vinyoya

47hl371c5
riadha

h4ndb4ll
mpira wa mikono

5k11n6
skii

p0l0
polo

4c71v17135
shughuli

jump
kuruka
hu6
kumbatia
l4u6h
cheka
w4lk
kutembea
51n6
kuimba
dr34m
ota ndoto
pr4y
kuomba
k155
busu

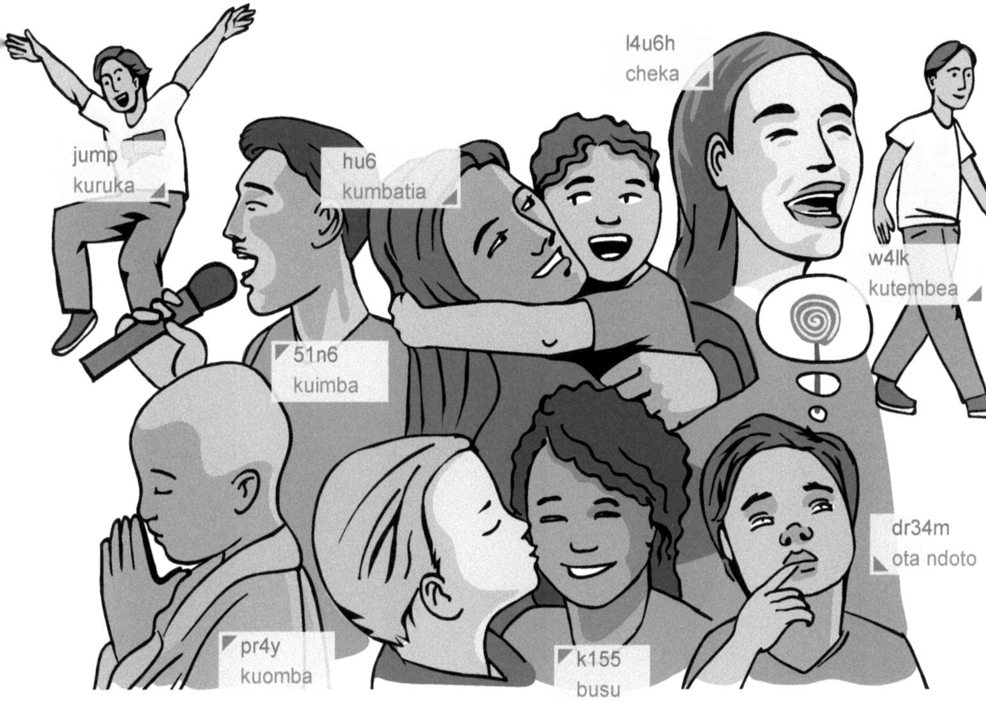

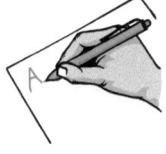

wr173
kuandika

dr4w
kuteka

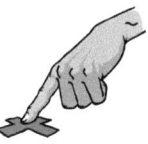

5h0w
angalia

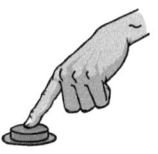

pu5h
sukuma

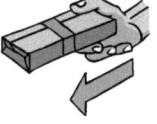

61v3
kutoa

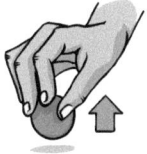

74k3
kuchukua

h4v3

kuwa

d0

fanya

b3

kuwa

574nd

kusimama

run

kukimbia

pull

vuta

7hr0w

kutupa

f4ll

kuanguka

l13

hadaa

w417

kusubiri

c4rry

kubeba

517

kukaa

637 dr3553d

vaa nguo

5l33p

usingizi

w4k3 up

kuamka

l00k 47

kuangalia

cry

lia

57r0k3

kiharusi

c0mb

chana nywele

74lk

ongea

und3r574nd

kuelewa

45k

kuuliza

l1573n

kusikiliza

dr1nk

kunywa

347

kula

71dy up

nadhifisha

l0v3

upendo

c00k

mpishi

dr1v3

gari

fly

kuruka

541l

meli

c4lcul473

kokotoa

r34d

kusoma

l34rn

kujifunza

w0rk

kazi

m4rry

kuoa

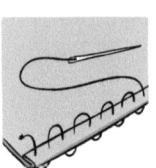

53w

kushona

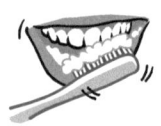

bru5h 7337h

piga mswaki

k1ll

kuua

5m0k3

moshi

53nd

kutuma

f4m1ly

familia

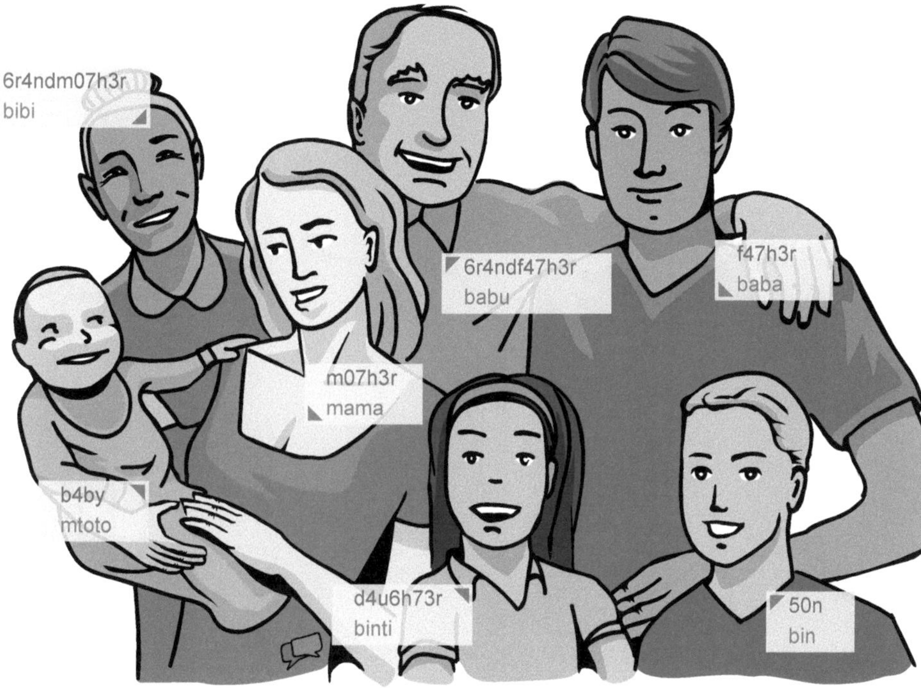

6r4ndm07h3r
bibi
6r4ndf47h3r
babu
f47h3r
baba
m07h3r
mama
b4by
mtoto
d4u6h73r
binti
50n
bin

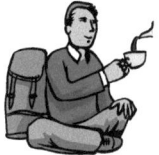

6u357
mgeni

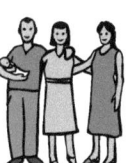

4un7
shangazi

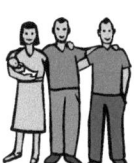

uncl3
mjomba

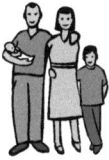

br07h3r
kaka

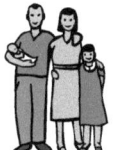

51573r
dada

b0dy

mwili

f0r3h34d
paji la uso
3y3
jicho
5h0uld3r
bega
f1n63r
kidole
f4c3
uso
ch1n
kidevu
h4nd
mkono
l36
mguu
br3457
matiti
4rm
mkono

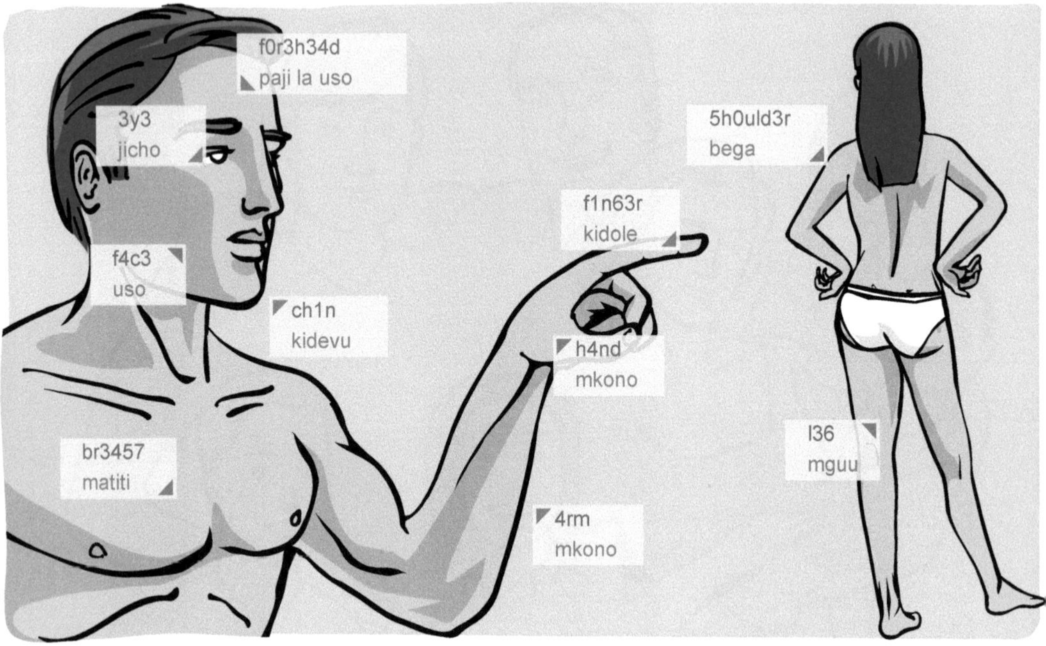

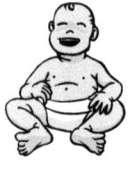

b4by
mtoto

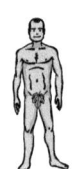

m4n
mwanamume

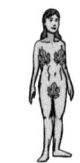

w0m4n
mwanamke

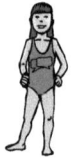

61rl
msichana

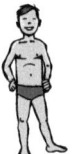

b0y
mvulana

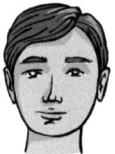

h34d
kichwa

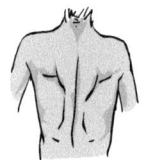

b4ck

nyuma

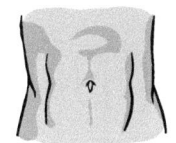

b3lly

tumbo

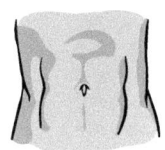

n4v3l

kitovu

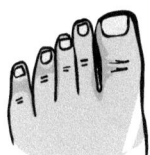

703

chano

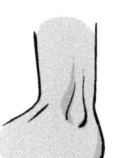

h33l

kisigino

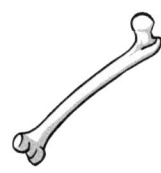

b0n3

mfupa

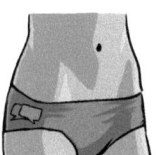

h1p

nyonga

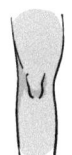

kn33

goti

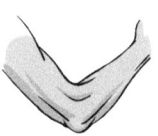

3lb0w

kiwiko

n053

pua

bu770ck5

chini

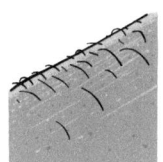

5k1n

ngozi

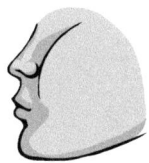

ch33k

shavu

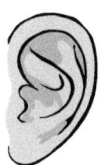

34r

sikio

l1p

mdomo

m0u7h

kinywa

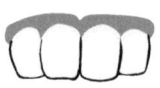

7007h

jino

70n6u3

ulimi

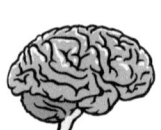

br41n

ubongo

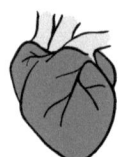

h34r7

moyo

mu5cl3

misuli

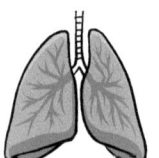

lun6

pafu

l1v3r

ini

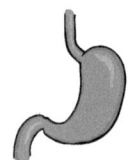

570m4ch

tumbo

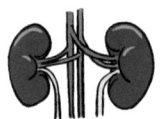

k1dn3y5

figo

53x

jinsia

c0nd0m

kondomu

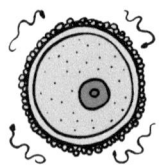

0vum

ovari

53m3n

shahawa

pr36n4ncy

mimba

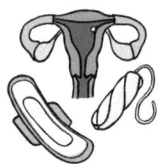

m3n57ru4710n

hedhi

v461n4

uke

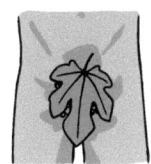

p3n15

uume

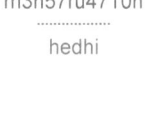

3y3br0w

unyusi

h41r

nywele

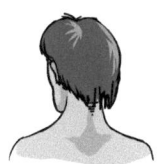

n3ck

shingo

h05p174l
hospitali

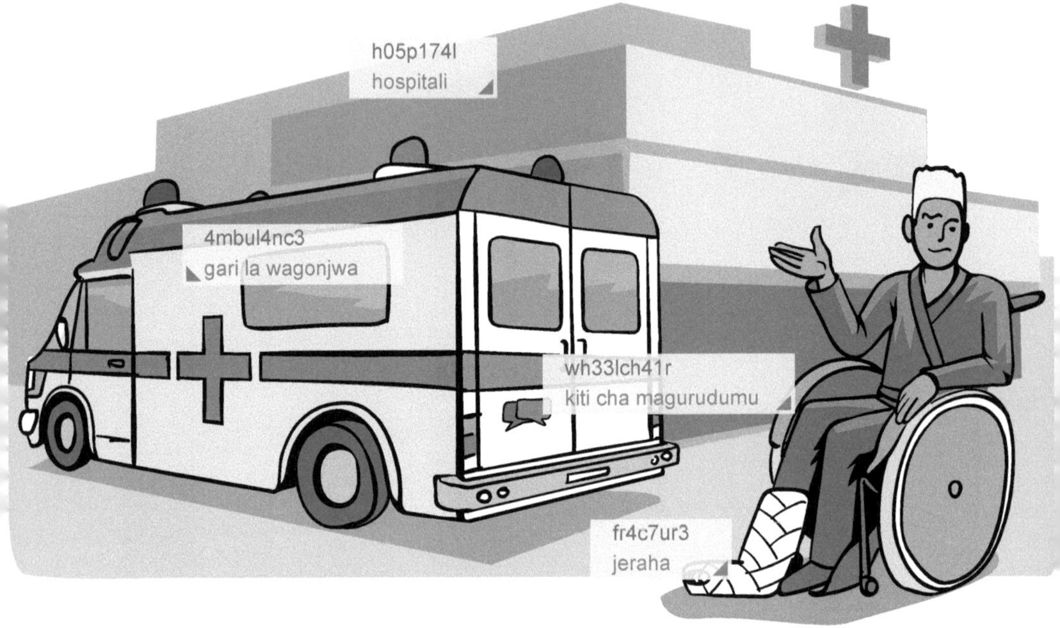

h05p174l
hospitali
4mbul4nc3
gari la wagonjwa
wh33lch41r
kiti cha magurudumu
fr4c7ur3
jeraha

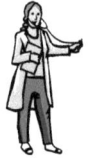

d0c70r

daktari

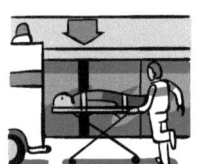

3m3r63ncy r00m

chumba cha dharura

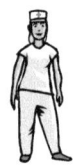

nur53

muuguzi

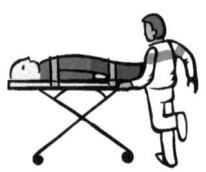

3m3r63ncy

dharura

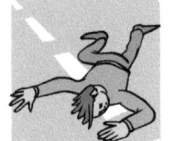

unc0n5c10u5

kupoteza fahamu

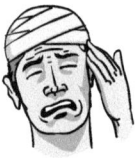

p41n

maumivu

1njury

kuumia

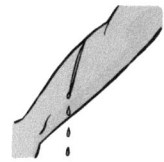

bl33d1n6

kutokwa na damu

h34r7 4774ck

mshtuko wa moyo

57r0k3

kiharusi

4ll3r6y

mzio

c0u6h

kikohozi

f3v3r

homa

flu

mafua

d14rrh34

kuharisha

h34d4ch3

maumivu ya kichwa

c4nc3r

kansa

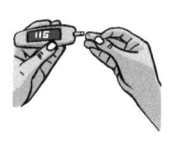

d14b3735

ugonjwa wa kisukari

5ur630n

daktari mpasuaji

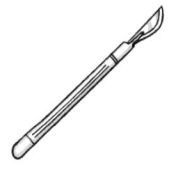

5c4lp3l

kisu kidogo cha kupasulia

0p3r4710n

operesheni

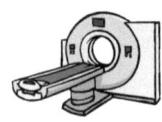

c7

picha changanufu ya mwili

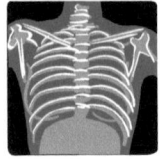

x-r4y

Eksrei

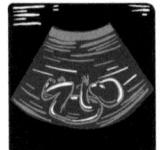

ul7r450und

mawimbi sauti

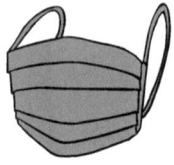

f4c3 m45k

barakoa ya uso

d153453

ugonjwa

w4171n6 r00m

chumba cha kusubiri

cru7ch

mkongojo

pl4573r

plasta

b4nd463

bendeji

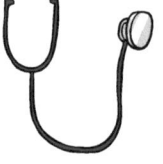

1nj3c710n

sindano

5737h05c0p3

stetoskopu

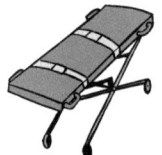

57r37ch3r

machela

cl1n1c4l 7h3rm0m373r

kipimajoto cha kliniki

b1r7h

kuzaliwa

0v3rw316h7

unene kupita kiasi

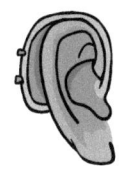

h34r1n6 41d
....
kusikia misaada

d151nf3c74n7
....
kipukusi

1nf3c710n
....
maambukizi

v1ru5
....
virusi

h1v / 41d5
....
VVU / UKIMWI

m3d1c1n3
....
dawa

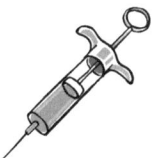

v4cc1n4710n
....
chanjo

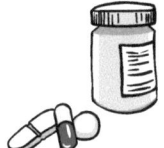

74bl375
....
vidonge

p1ll
....
kidonge

3m3r63ncy c4ll
....
simu ya dharura

bl00d pr355ur3 m0n170r
....
haemodainamometa

1ll / h34l7hy
....
mgonjwa / mwenye afya

h3lp!

Msaada!

4l4rm

kengele

4554ul7

pigo

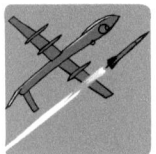

4774ck

shambulizi

d4n63r

hatari

3m3r63ncy 3x17

lango la dharura

f1r3!

Moto!

f1r3 3x71n6u15h3r

kizima moto

4cc1d3n7

ajali

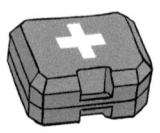

f1r57-41d k17

vifaa vya huduma ya
kwanza

505

wito wa msaada

p0l1c3

polisi

3ur0p3

Ulaya

n0r7h 4m3r1c4

Amerika ya Kaskazini

50u7h 4m3r1c4

Amerika ya Kusini

4fr1c4

Afrika

4514

Asia

4u57r4l14

Australia

47l4n71c

Atlantiki

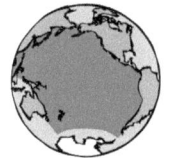

p4c1f1c

Pasifiki

1nd14n 0c34n

Bahari ya Hindi

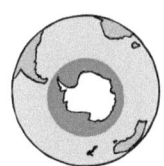

4n74rc71c 0c34n

Bahari ya Antaktiki

4rc71c 0c34n

Bahari ya Aktiki

n0r7h p0l3

Ncha ya Kaskazini

50u7h p0l3

Ncha ya Kusini

4n74rc71c4

Antaktika

34r7h

dunia

l4nd

nchi

534

bahari

15l4nd

kisiwa

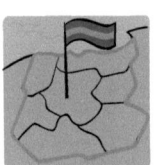

n4710n

taifa

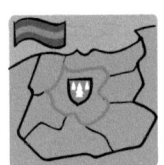

57473

jimbo

cl0ck f4c3

uso wa saa

h0ur h4nd

akrabu ya saa

m1nu73 h4nd

akrabu ya dakika

53c0nd h4nd

akrabu ya sekunde

wh47 71m3 15 17?

Ni saa ngapi?

d4y

siku

71m3

wakati

n0w

sasa

d16174l w47ch

saa ya dijitali

m1nu73

dakika

h0ur

saa

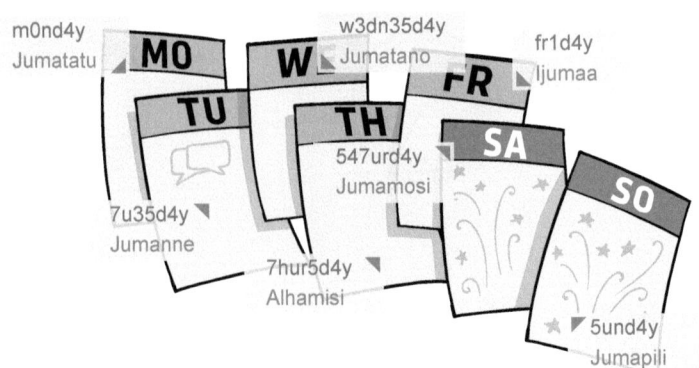

m0nd4y
Jumatatu

w3dn35d4y
Jumatano

fr1d4y
ljumaa

7u35d4y
Jumanne

547urd4y
Jumamosi

7hur5d4y
Alhamisi

5und4y
Jumapili

y3573rd4y

jana

70d4y

leo

70m0rr0w

kesho

m0rn1n6

asubuhi

n00n

saa sita mchana

3v3n1n6

jioni

w0rkd4y5

siku za biashara

w33k3nd

mwishoni mwa wiki

r41n
mvua

r41nb0w
upinde wa mvua

w1nd
upepo

5n0w
theluji

5pr1n6
majira ya machipuko

f4ll
vuli

5umm3r
kiangazi

w1n73r
majira ya baridi

4.APRIL	11°	☀
5.APRIL	4°	☁
6.APRIL	13°	☔
7.APRIL	8°	☀
8.APRIL	10°	☀

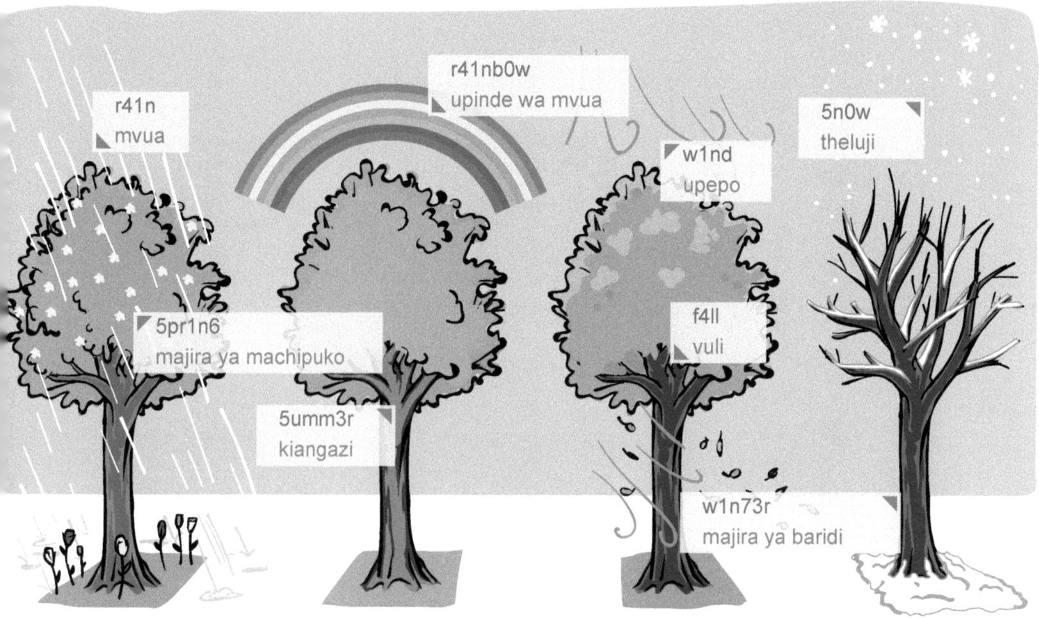

w347h3r f0r3c457

utabiri wa hali ya hewa

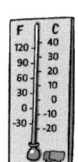

7h3rm0m373r

kipimajoto

5un5h1n3

mwanga wa jua

cl0ud

wingu

f06

ukungu

hum1d17y

unyevu

l16h7n1n6

umeme

7hund3r

radi

570rm

dhoruba

h41l

mvua ya mawe

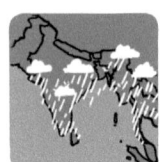

m0n500n

monsuni

fl00d

mafuriko

1c3

barafu

j4nu4ry

Januari

f3bru4ry

Februari

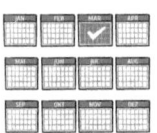

m4rch

Machi

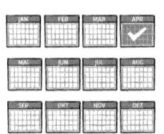

4pr1l

Aprili

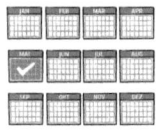

m4y

Mei

jun3

Juni

july

Julai

4u6u57

Agosti

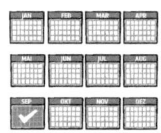

53p73mb3r

Septemba

0c70b3r

Oktoba

n0v3mb3r

Novemba

d3c3mb3r

Desemba

5h4p35

maumbo

c1rcl3

mduara

5qu4r3

mraba

r3c74n6l3

mstatili

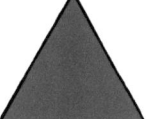

7r14n6l3

pembetatu

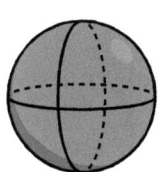

5ph3r3

nyanja

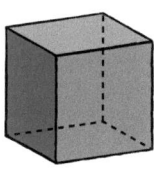

cub3

mchemraba

wh173

nyeupe

y3ll0w

manjano

0r4n63

chungwa

p1nk

rangi ya waridi

r3d

nyekundu

purpl3

hudhurungi

blu3

bluu

6r33n

kijani

br0wn

hanja

6r4y

jivujivu

bl4ck

nyeusi

4 l07 / 4 l177l3

mengi / kidogo

4n6ry / c4lm

hasira / pole

b34u71ful / u6ly

nzuri / mbaya

b361nn1n6 / 3nd

mwanzo / mwisho

b16 / 5m4ll

kubwa / ndogo

br16h7 / d4rk

angavu / giza

br07h3r / 51573r

kaka / dada

cl34n / d1r7y

safi / chafu

c0mpl373 / 1nc0mpl373

kamilika / tokamilika

d4y / n16h7

siku / usiku

d34d / 4l1v3

wafu / hai

w1d3 / n4rr0w

pana / nyembamba

3d1bl3 / 1n3d1bl3

kulika / kutolika

3v1l / k1nd

ovu / ema

3xc173d / b0r3d

sisimkwa / udhika

f47 / 7h1n

nene / nyembamba

f1r57 / l457

kwanza / mwisho

fr13nd / 3n3my

rafiki / adui

full / 3mp7y

jaa / tupu

h4rd / 50f7

ngumu / laini

h34vy / l16h7

nzito / nyepesi

hun63r / 7h1r57

njaa / kiu

1ll / h34l7hy

mgonjwa / mwenye afya

1ll364l / l364l

haramu / kisheria

1n73ll163n7 / 57up1d

akili / kijinga

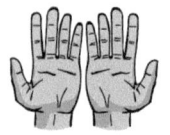

l3f7 / r16h7

kushoto / kulia

n34r / f4r

karibu / mbali

n3w / u53d
mpya / kutumika

n07h1n6 / 50m37h1n6
kitu / jambo

0ld / y0un6
zee / changa

0n / 0ff
waka / zima

0p3n / cl053d
wazi / fungwa

qu137 / l0ud
utulivu / kelele

r1ch / p00r
tajiri / masikini

r16h7 / wr0n6
sahihi / kosa

r0u6h / 5m007h
mbaya / laini

54d / h4ppy
huzunika / furahia

5h0r7 / l0n6
fupi /ndefu

5l0w / f457
polepole / haraka

w37 / dry
nyevu / kavu

w4rm / c00l
joto / baridi

w4r / p34c3
vita / amani

0

z3r0

sufuri

1

0n3

moja

2

7w0

mbili

3

7hr33

tatu

4

f0ur

nne

5

f1v3

tano

6

51x

sita

7

53v3n

saba

8

316h7

nane

9

n1n3

tisa

10

73n

kumi

11

3l3v3n

kumi na moja

12
7w3lv3

kumi na mbili

13
7h1r733n

kumi na tatu

14
f0ur733n

kumi na nne

15
f1f733n

kumi na tano

16
51x733n

kumi na sita

17
53v3n733n

kumi na saba

18
316h733n

kumi na nane

19
n1n3733n

kumi na tisa

20
7w3n7y

ishirini

100
hundr3d

mia

1.000
7h0u54nd

elfu

1.000.000
m1ll10n

milioni

3n6l15h

Kiingereza

4m3r1c4n 3n6l15h

Kiingereza cha Marekani

ch1n353 m4nd4r1n

Kimandarini cha Uchina

h1nd1

Kihindi

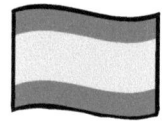

5p4n15h

Kihispania

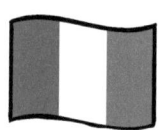

fr3nch

Kifaransa

4r4b1c

Kiarabu

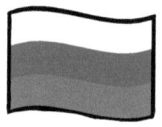

ru5514n

Kirusi

p0r7u6u353

Kireno

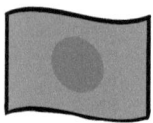

b3n64l1

Kibengali

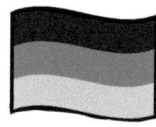

63rm4n

Kijerumani

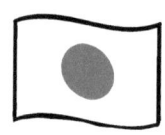

j4p4n353

Kijapani

1

mimi

y0u

wewe

h3 / 5h3 / 17

yeye / yeye / ni

w3

sisi

y0u

wewe

7h3y

wao

wh0?

nani?

wh47?

nini?

h0w?

jinsi gani?

wh3r3?

wapi?

wh3n?

lini?

n4m3

jina

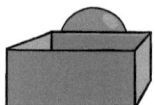

b3h1nd

nyuma

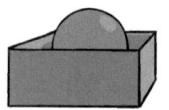

1n

katika

1n fr0n7 0f

mbele ya

0v3r

juu ya

0n

kwenye

und3r

chini ya

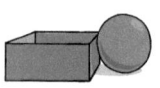

b351d3

kando

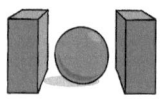

b37w33n

kati

pl4c3

mahali